சங்கு தீர்த்தம்

பவித்ரா நந்தகுமார்

படி வெளியீடு

எண்: 9, பிளாட் எண்: 1080A, ரோஹிணி பிளாட்ஸ்
முனுசாமி சாலை, கே.கே.நகர் மேற்கு,
சென்னை – 600 078. பேச: 99404 46650

வெளியீட்டு எண்: 0308

சங்கு தீர்த்தம் (சிறுகதைகள்),
ஆசிரியர்: பவித்ரா நந்தகுமார்©
Sangu Theertham (Short Stories),
Author: **Pavithra Nandakumar**©
Print in India
1st Edition: Apr - 2023
2nd Edition: Aug- 2025
ISBN : 978-93-95285-63-6
Pages - 136
Rs - 180

Publisher • Sales Rights

Padi Veliyeedu
(A Division Of Discovery Publications)
No: 9, Plot:1080A, Rohini Flats,
Munusamy Salai,
K.K.Nagar West, Chennai - 78.
Tamilnadu, India.
Mobile: +91 99404 46650

Discovery Book Palace (P) Ltd
No:1055-B, Munusamy Salai,
K.K.Nagar West,
Chennai - 600 078.
Tamilnadu, India.
Mobile: +91 87545 07070

discoverybookpalace@gmail.com
WWW.DISCOVERYBOOKPALACE.COM

இந்த நூலில் பிரசுரமாகியுள்ள எந்த ஒரு பகுதியையும் பதிப்பாளரின் எழுத்துபூர்வமான முன்அனுமதி பெறாமல் எடுத்தாள்வதோ, மறுபிரசுரம் செய்வதோ, மொழியாக்கம் செய்வதோ, அச்சு மற்றும் மின்னணு ஊடகங்களில் மறுபதிப்பு செய்வதோ, காப்புரிமைச் சட்டப்படி தடை செய்யப்பட்டுள்ளது. இந்த நூலிலிருந்து குறிப்பிட்ட பகுதிகளை மேற்கோள் காட்டி புத்தக விமர்சனம் செய்ய, ஊடகங்களுக்கு மட்டும் அனுமதி உண்டு.

உங்கள் மொபைல் போனிலிருந்து ஸ்கேன் செய்து டிஸ்கவரி புக் பேலஸின் மொபைல் ஆப்பை டவுன்லோடு செய்து, புத்தகங்களை வாங்குங்கள்.

சமர்ப்பணம்

எனை பெற்று வளர்த்து
கணவர் கரம் சேர்த்திட்ட
தாய் தந்தைக்கு...

என்னுரை

சங்கு தீர்த்தம் என்னுடைய பன்னிரண்டாவது நூல். 2018இல் வெளிவந்த என்னுடைய மூன்றாவது சிறுகதை நூலான ‘வன்கொடுமைக்கு உட்பட்டவளின் பிராது’ எனும் நூலுக்குப் பிறகு வரும் நான்காவது சிறுகதைத் தொகுப்பு இந்நூல். எழுத வந்து 20 வருடங்கள் கடந்தாலும் நூலாசிரியராக 2013இல் தொடங்கிய இந்தப் பயணம், 2023இல் தொடர்ந்து சீராக சென்றுகொண்டிருக்கிறது. இந்தத் தொகுப்பில் மொத்தம் 16 கதைகள். அனைத்துக் கதைகளும் வெவ்வேறு காலகட்டத்தில் என் அகத்துள் வந்து அமர்ந்துகொண்டு என்னை எழுத வைத்த முத்துக்கள்.

ஒரு செய்தியையோ, கருத்தையோ சுலபமாக மற்றவருக்கு கடத்திவிடலாம். ஆனால், வாழ்வில் நாம் கண்ட, பிறரிடம் கண்டுணர்ந்த அனுபவத்தின் சாரத்தை, உணர்வுகளின் கதாகாலட்சேபத்தை, உள்ளுக்குள் ஏற்படும் மகிழ்வை, கசப்பை, நினைவுக் குமிழ்களின் புரையோடிப் போன தடத்தை நேரிடையாகப் போகிறப் போக்கில் சொல்லிவிட முடிவதில்லை. கடலில் இருந்து தூரத்தில் தெரியும் அலை, நம் காலடிக்கு வருவதற்கு முன்பு எத்தனை விதமாக ஏறி, இறங்கி, மடிந்து, சரிந்து உந்தித் தள்ளப்படும் விதமாக உற்சாகமாக வந்து சேருகிறது. அப்படிப் பார்த்தால்தான் அது அழகு. அந்த அழகைக் கண்டு களிப்பதில்தான் எத்தனை ஆனந்தம்! எத்தனை தரம் வந்தாலும் கடல் அலைகளைப் பார்ப்பதில் நமக்குச் சலிப்பில்லை. கதைகளும் அப்படித்தான். எத்தனைக் கதைகள் வாசித்தாலும் அத்தனையிலும் ஏதோ ஒரு முடிச்சு நம்மை அது சார்ந்து பயணிக்க வைத்துவிடுகிறது. நம் வாழ்வோடு பொருத்திப் பார்க்க முடிகிறது, அகத்தினுள்ளே துலாக்கோலைக்கொண்டு சீர்தூக்கிப் பார்த்துத் திருப்தி பட வைக்கிறது. இப்படி இன்னும் சொல்லிக்கொண்டே போகலாம். நம் மனம் எனும் வாளி, கதை என்னும் கிணற்று நீரை தொட்டு

கண்ணுக்குப் புலப்படாத, ஆனால் உணர்வுக்குப் புரிபடும் பொருள் ஒன்றை எடுத்துக்கொண்டு மீண்டும் சமதளத்துக்கு வருவது போன்றது. இச்சிறு கதைகளை வாசிப்பது. அப்படி உங்கள் அனைவருக்கும் மிகச் சிறப்பான வாசிப்பு அனுபவம் கிடைக்கும் என நம்புகிறேன்.

இந்த இலக்கிய வெளியில் நான் பயணம் செய்ய எனக்கு கல்வி போதித்த ஆசிரியர்களுக்கும் தொடர்ந்து ஊக்கமளிக்கும் உறவினர்களுக்கும் நண்பர்களுக்கும் ஆசிரியத் தோழமைகளுக்கும் நன்றி சொல்ல கடமைப்பட்டிருக்கிறேன். இப்புத்தகத்தை வெளியிட முனைப்பு காட்டும் டிஸ்கவரி பதிப்பகத்தாருக்கும் என் மனமார்ந்த நன்றி. தொடர்ந்து என் நூல்களை வாங்கி வாசிக்கும் என் வாசகர்களுக்கும் நன்றிகள் பல. என் வளர்ச்சிக்கு உரமாய் இருக்கும் என் கணவரிடமும் என் எழுத்தைக் குரல் பதிவில் அச்சுக் கோர்வையில் சேர்க்கும் என் இரு மகள்களிடமும் என் மகிழ்ச்சியைப் பகிர்ந்து கொள்கிறேன்.

அன்புடன்
பவித்ரா நந்தகுமார்
ஆரணி
arninpavi@gmail.com

உள்ளே

1. சங்கு தீர்த்தம் — 9
2. ஈர முத்தம் — 16
3. ரஞ்சனாவின் ரவிக்கை — 24
4. கல்யாணச் சாவு — 28
5. நிரலியின் இணையவழி சுயம்வரம் — 34
6. மனதில் ஆயிரமாயிரம் நதிகள் — 41
7. கரோனா குமாரி — 52
8. ஒரு நீதிமன்றமும் காவல் நிலையமும் — 56
9. கோழிமுட்டி கோமளா — 65
10. தூபம் — 77
11. பாவாடை — 88
12. வரையறையைக் கடக்கும் முரண்கள் — 95
13. கர்மா — 104
14. பூரணியும் கொலு போட்டியும் — 111
15. சங்கு தாமரை — 120
16. நல்லதோர் வீணை! — 127

01
சங்கு தீர்த்தம்

“ஒருநாள் திருவல்லிக்கேணி பார்த்தசாரதி பெருமாள் கோவிலுக்குப் போய் சங்கு தீர்த்தத்த முகத்துல அடிச்சிட்டு வரணும்.”

சமீபகாலமாய் இப்படி சதா உச்சரித்துக்கொண்டே இருக்கும் அப்பாவைக் கவலையுடன் பார்த்துக்கொண்டிருந்தாள் லோபமுத்ரா.

வெளியே மழை மெல்லிய தூறலில் துவங்கி அடர்வாக வலுக்கத் தொடங்கியது, ஜன்னல் திரைச்சீலைகள் எல்லாம் காற்றுக்கு ஏற்ப நடனம் புரிந்துகொண்டிருந்தன. அப்பாவின் சங்கு தீர்த்தம் குறித்தான எண்ணவேட்கை இந்த அடர்மழையைக் காட்டிலும் பெருமழையாகப் பொழிந்து, வெள்ளமென அவர் மனதினுள் தற்போது பிரவாகமெடுத்திருக்கும் தீவிரத்தை அவள் உணரத் துவங்கியிருந்தாள்.

ஆனால் இடப்புறக் கை, கால் சற்றே செயலிழந்து போயிருக்கும் அப்பாவை எப்படி கோவிலுக்குக் கூட்டிக்கொண்டு போவது? அப்பா குறித்தான லோபமுத்ராவின் பெருங்கவலை இதுதான்.

மற்றொருபுறம் அப்பாவின் மீது மலையென கோபமும் திரண்டது. பார்த்தசாரதி கோவில் போகவேணும் என்ற தன் விருப்பத்தை ஆசைஆசையாய் எத்தனை தரம் கேட்டுக்கொண்டிருந்தாள் அம்மா! அப்பா நினைத்திருந்தால் அம்மாவை அப்பொழுதே அழைத்துக்கொண்டு சென்றிருக்க முடியும். ஆனால் அதற்கெல்லாம் கொஞ்சம் கூட மெனக்கெடவே இல்லை அவர். ஏன் அப்பொழுதெல்லாம் அப்பா அப்படி இருந்தார்! இப்படி விடை தெரியாக் கேள்விகளுக்குள் அவள் சிக்கிக்கொள்ள, அம்மா குறித்த நினைவுகள் அவளை முழுவதுமாக ஆக்கிரமித்தன.

அம்மா... நினைக்க நினைக்க அந்த உறவுதான் எத்தனை இனிமை! அம்மா பூமி அதிரா வண்ணம், பாதம் தேயாதிண்ணம் மென்னடை நடப்பாள். எவரொருவர் காதுகளும் புடைக்காவிதம் மெல்லப்

பேசுவாள். கேட்கும் பட்சணங்கள் எல்லாம் செய்து ஆசையோடு தின்னத் தருவாள். அவள் பேசுவது வீணையில் சரளிவரிசையை இசைக்கச் செய்து கேட்பதுபோல் அவ்வளவு ரம்மியமாக இருக்கும். அம்மாவின் குரல் இனிது!

ஆண் வாரிசு இல்லையே எனப் பெரிதாகக் கவலைப்பட்டது இல்லை. பிறந்த மூன்று பெண் பிள்ளைகளுக்கும் இசையமுது, நிறைமதி, லோபமுத்ரா என நிறைவான பெயர்கள் இட்டவள்.

ஒரு நாலு புடவைகளோடே தன் நாப்பத்து ஐந்து வருட வாழ்வை வாழ்ந்து முடித்தவள். இனிமே எனக்கெதுக்கு? பிள்ளைகள்தான் வளர்ந்துட்டாங்களே! அவங்களுக்கு எடுக்கலாம் என்றே பெருவாரியான சவுகர்யங்களைத் தட்டிக் கழித்தவள். வாழ்வில் ஏற்றம் வந்தபோது எகிறியது இல்லை. தாழ்வு நேர்ந்தபோது தாளாமல் துவண்டதுமில்லை.

அம்மா புலம்பியது எல்லாம் ஒன்றே ஒன்றுக்குத்தான். பார்த்தசாரதி கோவில் போகவேணும் என்ற ஒன்றுக்குத்தான். அதன் பொருட்டே அவள் அப்பாவிடம் அதிகம் இறங்கிவந்து பேசுவாள். வாழ்வில் அம்மா யாரிடமும் 'கெஞ்சி' பார்த்ததே கிடையாது. பார்த்தசாரதிக்காக மட்டுமே அம்மா அவ்வாறு அப்பாவிடம் கெஞ்சினாள்.

"என்ன... முற்பிறவியில கண்ணனோட கோபியர்கள் கூட்டத்துல ஒருத்தியா இருந்தியோ" என துவக்கத்தில் அப்பா அம்மாவை கிண்டலும் கேலியும் செய்தார். அப்பாவும் அம்மாவும் அத்தனை அன்பாக அன்னியோன்யமாக இருந்தவர்கள்தான். ஆனால் ஏனோ அழைத்துக்கொண்டுச் செல்லும் சூழ்நிலை ஏற்படாமலேயே போய்விட்டது. ஆனால் தற்போது அப்பா தன்னிடம் புலம்புவது அவருக்காக அல்ல. அம்மாவின் கனவை நிறைவேற்றத்தான் என்பது லோபமுத்ரா அறிந்ததே.

மகளின் எண்ண ஓட்டம் மூர்த்திக்குள்ளும் தாவி ஏறி அமர்ந்து கொண்டது. உண்மைதான். எத்தனை முறை நர்மதா தன்னிடம் பார்த்தசாரதி கோவிலுக்குச் செல்வது குறித்துக் கேட்டிருப்பாள்! ஏன் நான் அது குறித்த சிந்தனையை வளர்த்துக்கொள்ளவே இல்லை என்று தன்னையே நொந்துகொண்டார். ஏன் அவளுக்கு அக்கோவில் பற்றிய அதீத உணர்வு எழும்பியது என்பதை அவளே சொல்லியும் இருக்கிறாள்.

தன் 43 வது வயதில் துஷ்ட ஆவிகள்கொண்ட கனவுகள் வருவதாய் சொல்லி இரவில் தூக்கம் வராமல் புரண்டு புரண்டு படுப்பது

நர்மதாவுக்குத் தொடர்கதையாகிப் போனது. சரியான உறக்கம் இல்லாது உடல் நலனும் கடுமையாகப் பாதிக்கப்பட்டது. அந்தச் சமயம் எதிர்வீட்டுக் குடும்பப் பெரியவர் ஒருவர் இரவில் 'வீல் வீல்' என்று அழுத தன் பெயரனுக்கு பார்த்தசாரதி கோவில் சங்கு தீர்த்தத்தை தெளித்தப் பின் இரவில் பட்டாட்டும் தூங்குகிறான் எனச் சொன்னதன் விளைவு நர்மதாவிற்கும் சென்னை செல்ல வேண்டும் என்ற பேராவல் எழுந்தது.

இரண்டாயிரம் வருட பழமையான அந்தக் கோவிலைப்பற்றி அவர் விவரித்துச் சொன்ன விதம், ஒன்பது அடி மீசைகொண்ட இறைமுகம். வடுக்களைத் தாங்கிய உற்சவர் திருமுகம். வருடம் 365 நாளும் கருடசேவை அருளும் பாக்கியம், தரிசிப்பவர்களின் ஆளுமைத் திறன் அதிகரிக்கும் என அவர் சிலாகித்துச் சொன்ன விதத்தில் திருவல்லிக்கேணி பார்த்தசாரதி பெருமாள் நர்மதாவின் மனதில் உயர்ந்த சிம்மாசனத்தில் அமர்ந்துவிட்டார். அன்று முதல் தனக்கு விதிக்கப்பட்ட கடமையைப்போல கோவிலுக்குச் செல்லும் எண்ணத்தைக் கண்ணெனக் கருதினாள். ஆயுதம் ஏதும் இன்றி சேவை சாதிக்கும் இறைவன் தரிசனத்தின் மூலம் தன் வாழ்வில் அற்புதங்களை நிகழ்த்துவார் என மலைபோல நம்பினாள்.

உண்மையில் சங்கு தீர்த்தம் என்ற துருப்புச்சீட்டை நர்மதா மூர்த்திக்காகப் போட்டாளே ஒழிய சங்கு தீர்த்தத்தைத் தாண்டி பார்த்தசாரதி பெருமாளை தரிசிக்கப் பெருங்காதல் கொண்டாள். சில நேரங்களில் நம் மனம் பைத்தியக்காரத்தனமாக சில விஷயங்களை நம்பும். ஏன் எதற்கு என்ற காரணங்கள் அதற்கே தெரியாது. ஆனாலும் ஏதோ ஒரு நூலைப் பிடித்துக்கொண்டு தொங்கிக்கொண்டே இருக்கும். அதுபோல் இறைவனுக்கும் பக்தனுக்கும் இடையேயான உறவு சமயத்தில் உணர்வுப்பூர்வமாக இருக்கும். அதன் பொருட்டு தன் வலது கண் இமை துடிக்கத் துடிக்க அவள் மூர்த்தியிடம் பிணாத்திக்கொண்டே இருந்தாள்.

பொதுவாகவே தன் குடும்பச் சூழலுக்கு ஒவ்வாத எந்த ஒரு விஷயத்தையும் மூர்த்தியிடம் கேட்டுப்பெறுவதில்லை என்ற தீர்க்கம் நர்மதாவுக்கு உண்டு. அதிலும் திருவண்ணாமலையில் குடியிருக்கும் அவர்களுக்கு ஆறு மணி நேரப் பயணமாக சென்னை வந்து செல்வதென்பது மிகுந்த சிரமம்தான். இப்பொழுது போல 10 வருடங்களுக்கு முன் நினைத்தால் போகிறபடி அவ்வளவு வசதிகள் எல்லாம் இல்லாத சூழல்.

நர்மதா மூர்த்திக்கு நினைவுறுத்தும் விதமாக அவ்வப்போது 'சங்குதீர்த்தம்' என்ற வார்த்தையை இடைஇடையே ஈஷித்துக்கொண்டு நிறுத்துவாள்.

"உலகத்துல எந்தெந்த மூலைலல இருந்தோ நம்ம ஊரு அண்ணாமலையாரத் தேடிட்டு வராங்க ஜனங்க. உனக்கு இங்கவிட்டுட்டு மெட்ராஸ் போகணுமா?" என மூர்த்தி அலுத்துக் கொள்வான்.

"எனக்கென்னவோ அங்க போய் வந்தா மனசுக்குத் திருப்தியா இருக்கும்னு தோணுது. அதை எப்படி உங்களுக்குப் புரிய வெக்கறதுன்னுதான் எனக்கு தெரியல".

பல நேரங்களில் இப்படிப்பட்ட தட்டிக் கழித்தல்கள் நர்மதாவை அசூயை அடையச் செய்யும்.

படுக்கையறையில கூட பெருமாள் பத்தின பேச்சா!போதுமே... என வம்படியாக உதடுடன் உதடு சேர்த்து அவள் பேச்சை அத்துடன் நிறுத்திய சம்பவங்களும் உண்டு.

மூர்த்திக்கோ அந்த நேரத்தில் செய்துகொண்டிருந்த அச்சுத்தொழிலில் பெருத்த இழப்பு ஏற்பட்டு அன்றாடச் செலவுக்கே தடுமாற்றம் ஏற்பட்டிருந்த நிலை. மூர்த்தியின் தகப்பனார் சிகிச்சைக்கே சிற்சில நகை நட்டுக்களை அடமானம் வைக்க வேண்டிய சூழல். அவள் எதிர்வந்த மார்கழி மாதத்தின் தரிசனம் பெறுதல் பொருட்டு குளிர்ந்த கார்த்திகை இரவு ஒன்றில் இது குறித்து ஆர்வமுடன் துவக்கியபோது...

"என்ன... கோவிலுக்குப் போய் சங்குதீர்த்தம் அடிச்சிக்கிட்டா இந்த நிலைமை மாறிடுமா? மந்திரத்துல மாங்கா வரவழைக்குறா மாதிரி இருக்குது" என பரிகாசம் செய்தான். அப்போது அவர்கள் பேசிக்கொண்டது இப்பொழுதும் மூர்த்தியின் நினைவில் உள்ளது.

"என்னங்க... நான் என்ன சும்மாவா சொல்றேன். எனக்கு உடம்பு சரியில்ல... உங்களுக்கும் நேரம் சரியில்லை. குடும்பத்துக்கே துரதிஷ்டம் பிடிச்சா மாதிரி ஒரு பிரம்ம. வாங்க... பார்த்தசாரதி கோவில்ல இருக்குற யோக நரசிம்மர் சன்னதியில வெச்சு சங்கு தீர்த்தம் அடிச்சிக்கிட்டா நம்மள சுத்தியிருக்குற இந்த பீடையெல்லாம் விலகிடும்னு பெருசாத் தோணிக்கிட்டே இருக்கு. மனசு ஏனோ பழியா கிடந்து அடிச்சுக்குது. நம்ம பழைய இன்னலெல்லாம் விலகிடும்னு ஒரு உணர்வு."

"சே... வீட்டுக்கு வந்தாபோதும். எப்பப் பாத்தாலும் இங்க போகணும் அங்க போகணும்னு நை நை நைநுட்டு. ஒரு நிம்மதி இருக்கா. இன்னும் யாருகிட்டப் போய் பணத்துக்காகக் கையேந்தி

நின்னுட்டு இருக்கச் சொல்ற" என்று அந்த இரவில் கத்தியவன்தான். அதன் பிறகு நர்மதா அவனிடம் சங்குதீர்த்தம் குறித்து அளவளாவவே இல்லை.

மூர்த்தியின் தடித்த வார்த்தைகள் ஏற்படுத்திய உஷ்ணத்தில் நர்மதாவின் முகம் சுருங்கிப்போனது. அது முதல் சங்குதீர்த்தம் என்ற வார்த்தை தன் உதடுகளை மீறி வெளிவராத வண்ணம் வைராக்கியமாகவே வாழ்ந்துவிட்டாள். அவள் நினைத்திருந்தால் தனியாகவோ தன் பிள்ளைகளுடனோ சென்னை சென்று சுவாமியை சேவித்திருக்க முடியும். தன் கணவனுடன் செல்லவேண்டும் என்பதில் இருந்த பிடிவாதத்தால் இறுதிவரை சங்குதீர்த்தம் அடிக்கப்படாமலேயே இந்த உலக வாழ்விலிருந்து மறைந்தும் போனாள்.

ஒரு புதன்கிழமையின் அதிகாலையில் அவ்வப்போது அதிகமாக துடிக்கும் அவளின் வலப்பக்க இமை அமைதியாகக் கிடந்தது. தூக்கத்திலிருந்து விழிக்காமலேயே அனைவரையும் துக்கத்தில் ஆழ்த்திவிட்டுப் பிரிந்துபோனாள் நர்மதா.

நாற்பத்து ஆறு வயதிற்குள் நர்மதாவின் ஆயுள் முடிந்துப் போகும் என சற்றும் எதிர்பார்க்கவில்லை மூர்த்தி. வாழ்க்கைத் துணையை இழந்த வேதனை ஒருபுறம். பிள்ளைகளுக்குச் செய்யவேண்டிய கடமைகள் மறுபுறம் என வாழ்க்கைச் சூழலில் சிக்கித் தவித்துப் போனான் மூர்த்தி.

காலத்தின் கோலமாய் உடல்நிலை சற்றே மந்தமாகி படுக்கையில் கிடந்த ஒரு நாளில்தான் நர்மதா தன்னிடம் அத்தனை ஆசையாக ஆர்வமாகக் கேட்டிருந்த சங்குதீர்த்தம் குறித்த நினைவு வந்து போனது. அதற்காகதான் அவளிடன் கடிந்துகொண்ட நினைவுத் தடங்களெல்லாம் மூளைக்குள் சுழலக் கண்களில் சரசரவெனக் கண்ணீர் கீழிறங்கியது.

எத்தனை வாஞ்சையாய்... எத்தனை அன்பாய் ... எத்தனை ஆவலாய் கேட்டாள்! இறுதிவரை அழைத்துச் செல்லாமலேயே வழி அனுப்பிவிட்டோமே என்ற குற்ற உணர்வு அவனைக் குடைந்தெடுக்கத் தொடங்கியது. ஏதோ அவள் போக ஆசைப்பட்ட கோவிலுக்கு அவள் சார்பாகத்தான் போக வேண்டும் என்ற ஆவல் பிறந்தது.

இப்போது, நினைத்தால் சென்னைக்குப் போகும் நிலைமையிலா நாம் இருக்கிறோம். வாக்கரின் உதவிகொண்டு மெல்ல மெல்ல அடியெடுத்து வைத்துக்கொண்டிருக்கும் வாழ்வு. ஒரு நாளின் 12 மணி நேரங்கள் படுக்கையிலேதான். ஆண் வாரிசும் இல்லை. சின்ன மகளின் வீட்டில்தான் வாசம். மருமகப்பிள்ளைகளின் நேரப்பற்றாக்குறை அவர் அறிந்ததே.

முன்பிருந்த ஊரைக் காட்டிலும் தற்போதைய வசிப்பிடத்திற்கு இன்னும் தூரமாகிப் போயிருக்கும் சென்னை. என்ன செய்வது!

இப்போதெல்லாம் மகளிடம் இது குறித்துப் புலம்பாமல் இருக்க முடியவில்லை. "அவ எதையும் தனக்குன்னு கேட்கமாட்டா. அத்தி பூத்தா மாதிரி கேட்ட ஒரு சில விஷயங்களையும் நா பெருசா எடுத்துக்கல" என பொழுதன்றும் புலம்பினார்.

அப்பாவின் கவலை குறித்து லோபமுத்ரா தன் மூத்த சகோதரிகளிடம் மடைமாற்ற அப்பாவை நாம் மூவரும் சேர்ந்தே அழைத்துச் செல்வோம் என்று தேதி குறித்தார்கள்.

இடையில் இருந்த இருபத்தைந்து தினங்களுக்குள் புது வேகத்துடனும் உத்வேகத்துடனும் மூர்த்தி நடைபயிற்சிகள் மேற்கொள்ளத் தொடங்கினார். மனோதிடம் சற்றே கூடியிருந்தது. மெல்ல கால் தூக்கிப் படிகளையும் தாண்டினார். மகள்களுக்குத்தான் எவ்வகையிலும் நெருக்கடிக் கொடுக்கக்கூடாது என்ற பலமான சிந்தனை.

அப்பாவை நல்லவிதமாக அழைத்துச் சென்று திரும்ப வேண்டுமே என்பதே மூன்று பெண்களுக்கும் ஆகப்பெரும் பதற்றமாக இருந்தது.

ஷிமோகாவிலிருந்து ரயில் பிடித்து பின் சென்னை இறங்கியதும் காரில் பயணம். மூன்று பெண்களும் அவர்களது பள்ளிக்கால நாட்களை, அம்மாவுடனான தங்கள் நெருக்கத்தைப் பகிர்ந்தபடியே வந்தார்கள். அம்மாவின் இல்லாமை தங்களுக்கு எவ்வகையிலெல்லாம் இழப்பு என்பதை வருத்தத்துடன் பதிவு செய்தபடி வந்தனர்.

கோவில் அருகே வந்துவிட்டது என்பதற்கான சமிக்ஞைகள் குளக்கரையிலேயே தெரிந்தது. மந்திர உச்சாடனங்கள் செவியை நிறைத்தது. அருகே பசுக்களுக்கு அகத்திக்கீரை கொடுக்க முண்டிக்கொண்டிருந்த கூட்டத்தைக் கண்களால் மொய்த்ததும் ஓ அமாவாசையா என அசை போட்டது மனது.

அர்ஜுனனுக்கு சாரதியாக இருந்து உலகத்திற்கே கீதாபதேசம் செய்த கண்ணன் வீற்றிருக்கும் திருவல்லிக்கேணி பார்த்தசாரதி கோவிலை அடைந்தனர். முகப்பு தோற்றமே மனதை ரம்மியமாக்கியது அவருக்கு. வாக்கரின் உதவிகொண்டு கோவிலை அடைந்தார்.

இரண்டாயிரம் ஆண்டுகளுக்கு முற்பட்ட பழமையான கோவிலில் காலடி எடுத்து வைத்தது சிலிர்ப்பாக இருந்தது. மூலவரான பார்த்தசாரதி

பெருமாளின் மீசையுடனான தோற்றத்தைக் கண்களால் பருகி மனதில் நிறைத்துக்கொண்டார். கருவறையில் பெருமாள் தன் மனைவி மற்றும் சகோதரர் என குடும்பம் சகிதமாக சேவை சாதித்தார். பிரகாரத்தின் உள்ளே காலடி எடுத்து வைத்தது முதல் நர்மதாவின் நினைவுகள் அவரை வட்டமடித்துக்கொண்டே இருந்தது.

கருவறைக்குப் பின்புறம் இருக்கும் யோக நரசிம்மர் சன்னதியில் நாலைந்து படிகளே இருந்தன. அவற்றில் கால் பதித்து மெல்ல ஏறினார். அப்பாவின் கைபிடித்தபடி பெண்களும் கவனமாகக் கூட்டிச் சென்றனர்.

தரிசனத்துக்குப் பின்னர், "சுவாமி... அப்பாவுக்கு சங்குதீர்த்தம் தெளிக்கனும். கொஞ்சம் தெளிக்கிறீங்களா?"

கருவறையில் நின்றுக்கொண்டிருந்த ஐயரிடம் லோபமுத்ரா வேண்ட, "ம்" என்றபடி தலையை ஆட்டி உள்ளே சென்றார் ஐயர். உள்ளே உற்சவமூர்த்தியின் காலடிக்கு அருகே இருந்த அந்த வெள்ளிச் சங்கை எடுத்து வந்தார் ஐயர். சங்கின் முடிவு குழாய் போல நீண்டு இருந்தது.

மூர்த்தி சன்னதிக்கு வலப்புறமாக நிற்க, அந்த ஐயர் எடுத்து வந்த சங்கிலிருந்து தீர்த்தத்தை கையில் வாங்கி படீரென மூர்த்தியின் முகத்தில் ஓங்கி அடித்தார். மூர்த்தியின் உடல் பெரிய சிலிர்ப்புக்குள்ளாகி அடங்கியது. சுரீரென முகத்தில் பட்டுத் தெரித்த தீர்த்தம் மூக்கு, உதடு, தாடை என வழிந்து ஓடி தோள்பட்டை, மார்பினையும் குளிர்வித்தது. உடனிருந்த மூன்று பெண்களின் முகத்திலும் சங்கு தீர்த்தத்தின் அதே வாஞ்சை.

"யாரும் முகத்த துடைக்கப்படாது. அப்படியேவிடுங்கோ... சித்தே நேரத்துல காஞ்சிடும்", பின்புறம் நின்றிருந்த பெரியவர் தணிந்த குரலில் சொன்னார்.

யோக நரசிம்மரின் பிரகாரத்தைவிட்டுக் கீழிறங்கினார் மூர்த்தி. சங்குதீர்த்தத்தைப் பெற்ற பாக்கியத்துடன் திருப்தியாகத் தூணில் மாட்டப்பட்டிருந்த கண்ணாடியின் முன் வந்து நின்றார் மூர்த்தி.

அவரது வலப்பக்க கண் இமை தொடர்ச்சியாகப் பத்து முறை துடித்து அடங்கியது. மூன்று பெண்களும் அப்பாவைப் பிரதிபலித்த கண்ணாடியையே இமைக்காமல் பார்த்துக்கொண்டிருந்தனர்.

02
ஈர முத்தம்

வாரத்திற்கு ஒரு தரம் தொலைபேசியில் என்னுடன் பேசிவிடுவது அக்காவின் வழக்கம். தற்போதைய ஊரடங்கு காலத்தில் அது மூன்று நாட்களுக்கு ஒருமுறை என முன்னோக்கி வந்திருந்தது. கொரோனாவினால் முன்னைக் காட்டிலும் அக்காவுக்கு என்னிடம் பேசுவதற்கு நிறைய சமாச்சாரங்கள் இருந்தன. எதிர்த்தவீட்டு மாடு கன்று போட்டது முதல் பக்கத்துவீட்டு கனகத்தின் மகள் வயதுக்கு வந்தது வரை என்னுடன் பேசுவாள். மேல்மாடி போர்ஷன் பெண் பிரேமி வாசிக்கும் வீணை நாதம்கூட எங்களின் பேசுபொருளில் இடம்பிடித்திருக்கும்.

அக்காவுக்கு என்னிடம் அனைத்தையும் கொட்டிவிட வேண்டும். அவளுக்குப் பெரிதாக தோழிகள் வட்டம் இல்லை. அப்போதைய தொண்ணூறுகளில் பத்தாவது பன்னிரெண்டாவது எனப் படித்தவர்கள் நாங்கள். அப்போதெல்லாம் ஏது வீட்டுக்கு வீடு தொலைபேசி இணைப்பு? இதனால் பள்ளிப்படிப்பிற்கு பின் யாரிடமும் நட்பு பாராட்ட முடியாத சூழல் அமைந்துபோனது. பெண் பிள்ளைகள் எல்லாம் திருமணத்திற்குப் பின் ஆளுக்கு ஒரு ஊராக பறந்துபோனவர்கள் தானே. ஆனால் அக்கா மட்டும் உள்ளூரிலேயே வாக்கப்பட்டு இருந்ததால் ஊரின் தற்போதைய நிலை குறித்தும் மனிதர்களின் மாறிப்போகும் நிறம் குறித்தும் அவள் பேசும்போதெல்லாம் கேட்க சுவாரஸ்யமாக இருக்கும். பூவுக்குப் பூ மாறும் பட்டாம்பூச்சி போல ஒன்றிலிருந்து மற்றொன்றுக்கு அவளின் பேச்சு இயல்பாக மாறியபடி இருக்கும். இருபது வருடங்கள் வாழ்ந்த ஊரின் வாசத்தை அவள் மூலம் அவ்வப்போது முகர்ந்து கொள்வேன்.

“உனக்கு அவங்க அக்கா இல்ல... ஆல் இண்டியா ரேடியோ” என என்னவர் அக்கா குறித்துக் கிண்டலடிப்பதுண்டு.

“பெரீம்மா ஃபோனா... போச்சுடா! அப்ப ஒரு மணி நேரம் அம்மாவ பிடிக்க முடியாது “என அக்காவுடன் நான் பேசிக்கொண்டிருந்தால் என் பிள்ளைகள் என்னை எதிர்பார்க்காது வேறு வேலைக்குத் தாவிவிடுவார்கள்.

நேற்றுதானே அக்கா அரைமணி நேரத்துக்கும் மேலாக என்னிடம் பேசினாள். இன்று மறுபடியும் அவளுடைய புகைப்படத்துடனான எண்ணை, அலைபேசி திரை அதிர்வுடன் அழைத்ததும் என்னவாக இருக்கும் என மனதுக்குள் ஒரு கேள்வியுடனே இணைந்தேன்.

“சொல்லுக்கா... பசங்க எல்லாம் நல்லாருக்காங்கள்ல?”

“ம்... எல்லாரும் நல்லாருக்காங்க நிவி. என்ன நீ சாப்டியா?”

“இனிமேதான் சாப்பிடனும். மணி இப்பதான ஒன்னு ஆகுது. என்ன திடீர்னு இந்த நேரத்துல ஃபோன் பண்ணியிருக்க?”

“ஒன்னுமில்லடி... உங்கிட்ட சும்மா ஒரு விஷயம் சொல்லலாம்னுதான்.”

என்னவாக இருக்கும் என நெற்றிச் சுருங்கியது எனக்கு.

“அந்த ஜகதீஷ் இருந்தான்ல... அதான் நம்ம வீட்டுக்கு மூணாவது வீட்டுல குடியிருந்தாங்களே... ”

“அந்த சரிதாவோட அண்ணன். அவன தான சொல்ற?”

“ம்ம்ம்... அவனேதான். ஞாபகம் இருக்கில்ல?” இப்பொழுது அக்காவின் குரல் கொஞ்சம் குழைந்திருந்தது.

“ம்ம்ம்... இருக்குச் சொல்லு. அந்த ஜகதீஷ்க்கு என்ன?”

“என்ன சொல்றதுடி, அவனுக்குக் கொரோனா வந்து ஒரு வாரமா ஹோம் குவாரண்டைன்ல வீட்ல இருந்தான். நேத்தைக்கு கொஞ்சம் மூச்சு வாங்கினாப்புல இருக்கவே ஹாஸ்பிடல்ல சேர்த்திருக்காங்க. ஆக்ஸிஜன் லெவல் ரொம்பக் குறைஞ்சுடுச்சாம். 80 க்கும் கீழ வந்துடுச்சுனு பேசிக்கிட்டாங்க. இப்பொ எப்படி இருக்கானோ தெரியல. உங்கிட்ட சொல்லணும்போலத் தோணுச்சு. அதான் சொன்னேன்”.

“சரிக்கா... ஒன்னும் ஆகாது. பாப்போம். சரி, நான் உங்கிட்ட அப்புறம் பேசுறேன்” என்று இணைப்பைத் துண்டித்தேன்.

அக்காவிடம் இணைப்பைத் துண்டித்துக்கொண்டாலும் ஜகதீஷுடனான நினைவு அந்தக் கணம் முதல் என்னை இறுகப்

பற்றிக்கொண்டுவிட்டது. ஜகதீஷ் என்னைவிட இரண்டு வயது மூத்தவன். நான் பன்னிரெண்டாம் வகுப்புப் படிக்கும்போது அவன் கல்லூரியில் இரண்டாம் ஆண்டு மாணவன். அவன் என்னை உற்று உற்றுப் பார்க்கிறான் என்பது உறைத்தப் பிறகுதான். அவன் எந்த கல்லூரியில் என்ன படிப்புப் படிக்கிறான் என அறிந்துகொள்ளும் ஆவல் என்னுள் பிறந்தது. தொண்ணூறுகளில் தடுக்கிவிடுவதுபோல் வெகு சாதாரணமானது, தட்டச்சு வகுப்புப் போவது. பதினோராம் வகுப்பிலிருந்து கேட்டுக்கொண்டிருந்தாலும் பன்னிரெண்டாம் வகுப்புப் படிக்கும்போதுதான் “ம்... சேந்துக்கோ” எனப் பச்சைக்கொடி காட்டினார் அப்பா. இப்பொழுது இருப்பதுபோல் அக்கா அத்தனை அக்கறையுடன் எல்லாம் என்னுடன் அப்போது பேசமாட்டாள். சதா சண்டைப் போட்டு 10 மணி சங்குபோல் பெரிதாக ஊதுவாள்.

“நான் கேட்டபோது மட்டும் என்னைச் சேக்கல, அவள மட்டும் இப்போ ஏன் சேத்தீங்க” என அம்மாவிடம் கத்திக்கொண்டிருப்பாள்.

“அவ வந்த வழி அப்படி, நீ போன வழி இப்படி” என அம்மா தன் பங்குக்கு அவளைக் காய்ச்சி எடுத்தக் காலமெல்லாம் உண்டு.

காலை ஏழிலிருந்து எட்டுமணி வரை எனக்குத் தட்டச்சு வகுப்பு. அதற்கு ஆறே முக்காலுக்கே என் வீட்டிலிருந்து நடக்கத் தொடங்குவேன். செருப்பு மாட்டி வாசற்படித் தாண்டினால்போதும் அந்த ஜகதீஷ் அவன் வீட்டு வெளிப்படியில் அமர்ந்திருப்பது நன்கு தெரியும். அவனின் நிலை குத்திய பார்வை ஒரு பறவையின் பறத்தல் போல நெஞ்சில் அலைவுறும். சில நாட்களில் தாவணி, பல நாட்களில் பாவாடை, சட்டை என உடுத்தியதால் ஒரு லாங்க் சைஸ் நோட்டினுள் பேப்பரைச் சொருகிக்கொண்டு அதை நெஞ்சோடு அணைத்தபடிச் செல்வேன். அந்த புத்தக அணைப்பு அந்த நேரத்திற்குபோதுமானதாகவும் ஆசுவாசமாகவும் இருக்கும்.

சரி, போகும்போதுதான் இப்படி ஆளை விழுங்குவது போல பார்க்கிறான் என்றால் நான் பயிற்சி முடிந்து வரும்போதும் சரியாக அந்தத் தெருப்படியில் வந்து அமர்ந்துகொண்டு பார்வையால் உறிஞ்சுவான். அப்படியே அவன் உறிஞ்சலுக்கு நான் எச்சில் விழுங்குவேன். எங்களுடையதோ பெரிய தெரு. என் வீடோ கட்டக் கடைசியில் இரண்டு வீடுகளுக்கு முன்பிருக்கும். எங்கே செல்வதாக இருந்தாலும் அவன் வீட்டைக் கடந்துதான் போகவேண்டியது இருக்கும். பயிற்சி முடிந்து நான் சந்து திரும்பி அந்த நீள்தெரு முனையில் நடந்து வருவதிலிருந்து பார்க்கத் தொடங்குவான்.

ஒரு சின்னப் புள்ளியிலிருந்து கோடாகி பின் ஒரு உருவமாக தன் முன் வரும் வரை என்னைப் பார்த்தபடியே இருப்பான். சாக்குக்கு கையில் ஒரு புத்தகம் வைத்திருப்பான். வீட்டில் உள்ளவர்கள் பாவம் பிள்ளை படிக்குது என என் வருகை நேரங்களில் அவனுக்கு எந்த தொந்தரவுகளும் கொடுக்காது இருக்க இப்படி ஒரு நுட்பத்தைக் கையாண்டான்.

நான் தட்டச்சு வகுப்பு போன ஒன்றரை வருடங்களும் அவன் இப்படித்தான். என்னதான் அவன் பார்க்கிறான் என குனிந்த தலை நிமிராமல் நான் சென்றாலும் சிற்சில வேளைகளில் அவன் கண்களை சந்திக்க நேர்ந்துவிடும். ப்பா... அவன் பார்வையின் ஊடுருவலை அவ்வளவு சுலபத்தில் கிரகிக்க முடியாது. அதன் வலிமை எனக்குள் ஒரு தவிப்பை ஏற்படுத்தி என் கண்களை அவசரமாகத் தாழ்த்திக்கொள்ள பணிக்கும். மற்றும் சில நேரங்களில் என் பார்வையை அவனுடையதிலிருந்து விலக்க இயலாதவாறு அவன் என்னென்னவோ மாயங்கள் செய்வான். அவனுடைய மணி மணியான கண்கள் காந்தம்போல் சுண்டி இழுக்கத் தக்கவை. இப்படி இருவர் பார்வையும் ஒன்றாகச் சந்தித்துக்கொள்ளும் நாட்களில் எல்லாம் அவன் முகத்தில் திருவிழா களைகட்டும். ஒருநாள் காலையிலேயே மழை அடித்து பெய்தது. அன்றும் அவன் ஒரு வண்ணக்குடை பிடித்தபடி வெளிவாசல் படிக்கட்டுப் பக்கத்தில் நின்றிருந்தான். குடைக்குள் பாதுகாப்பாக இருந்தாலும் முழுக்க நனைந்துக்கொண்டிருந்தான். ஈரம் தேங்கிய என் உடலை அவன் மேய்ந்த சிலிர்ப்பு அடங்க எனக்கு வெகுநேரமானது. மேற்பற்கள் கீழுதட்டை அனிச்சையாய் இருமுறைக் கடித்துக்கொண்டது.

சாயங்கால வேளைகளில் தெரு திண்ணையில் எங்கள் தோழிகள் வட்டம் சூழ அமர்வதுண்டு. அது அவனுக்குத் தெரிய வந்தால்போதும் அப்போது வந்திருக்கும் புதுப்பாடல்கள் மொத்தத்தையும் வைத்து விசில் கச்சேரி நிகழ்த்துவான். கேட்க அருமையாக இருக்கும். நான் ரசிப்பது அவனுக்கு எட்டாத வண்ணம் மறைத்துக்கொள்வேன். நான் என்ன செய்கிறேன், ஏது செய்கிறேன், என்னென்னப் பிடிக்கும், பிடிக்காது, எங்கு போகிறேன் எப்போ வருவேன் என்பது வரை அவன் தகவல்களைச் சேமித்து வைத்திருப்பான். இதற்காக என் தோழிகள் சிலரிடம் அவன் பேச்சுவார்த்தை நிகழ்த்தி இருந்ததெல்லாம் நீண்ட நெடிய நாட்கள் கழித்து அறிந்துகொண்ட இரகசியம்.

நல்ல வேளை... அவன் தட்டச்சு வகுப்புக்கு வந்து என் நேரத்தில் ஒன்றாகப் பயிற்சி எடுக்கவில்லையே... அது வரைக்கும் தப்பித்தேன் என நினைத்துக் கொள்வேன்.

அவனைப் பார்த்தால் எனக்குக் பாவமாக இருக்கும். ஏன் இவன் இப்படி என்னைப் பார்த்துக்கொண்டிருக்கிறான்? நான் என்ன இவனுக்கு கிடைக்கவா போகிறேன்! நிச்சயமாக இருக்காது. அந்த நேரத்தில்தான் அக்காவுக்கு மாப்பிள்ளை பார்த்துக்கொண்டிருந்தார்கள். ஜாதிக்கெல்லாம் அவ்வளவு முக்கியத்துவம் கொடுக்கும் வீடு எங்களுடையது. உட்பிரிவுக்கெல்லாம்கூட அக்காவைக் கொடுக்க சம்மதிக்கவே இல்லை அப்பா. அப்படி இருப்பவரின் வீட்டில் இந்த காதல் கத்திரிக்காயெல்லாம் எப்படிச் சாத்தியப்படும் என்பது எனக்கு அப்பொழுதே தெரியும். குடும்பத்தை எதிர்த்து நிற்கும் திராணி எல்லாம் அப்பொழுது பரவலாக இல்லை. அவர்களும் நல்ல வசதி வாய்ப்புகொண்ட குடும்பம்தான். அதனாலேயே அவனைப் பார்த்தால் போகாத ஊருக்கு வழிதேடும் இவனை எதில் சேர்ப்பது எனத் தோன்றும்.

"பொட்டச்சி கண்ணு புத்தியில இருக்கனும்" என அவ்வப்போது சொல்லியும் இடித்துரைத்துமே வளர்த்த அம்மாவின் வார்த்தைகளை மீறி வயதோ மனதோ சென்றுவிடாத வண்ணம் வளர்ந்திருந்தேன். அக்காவின் திருமணத்திற்குப் பிறகு சடாரென ஆறு மாதத்தில் எனக்கும் வரன் பேசி முடித்துவிட்டார் அப்பா. என் திருமணச் செய்தி வெளியே கசியத் தொடங்கிய நாளிலிருந்து வெளியே விசில் கச்சேரி களையிழந்து போனது. தெருவெங்கும் ஒரு மயான அமைதி.

நான் உண்மையில் அவனைக் காதலிக்கவில்லைதான். அவனுடன் மனதளவில் டூயட் பாடவோ, கற்பனை வானில் சிறகசைத்துப் பறக்கவோ இல்லைதான். ஆனால் எனக்காக உருகிய அவன் என்னை மறந்து மீளவேண்டுமே என்ற தவிப்பு இருந்தது. ஜகதீஷின் நண்பர்கள் முழுமைக்கும் இது தெரியும். இன்னும் ஏன்.. என் தோழிகள் பலருக்கும் அவன் என்னைக் காதலித்தது எல்லாம் தெரியும். ஆனால் நான் இது எதற்கும் பிடிகொடுக்கவில்லை என்பதே அவர்களுக்குள் பேசுபொருளாகி இருந்தது. அப்பொழுதெல்லாம் காதல் தோல்வி என்றாலே தற்கொலையில் முடிந்த கதைகளைத் தானே கேட்டிருந்தோம். அவன் நன்றாக வாழவேண்டும் என்பதற்காக எதுகாறும் என் உணர்வுகளை நான் வெளிக்காட்டிக்கொள்ளாமல் படுஜாக்கிரதையாக பயணித்ததன் விளைவு என் திருமணம் எந்தச்

சச்சரவும் இன்றி அப்பா அம்மா ஆசிர்வாதத்துடன் சிறப்பாக நடந்து முடிந்தது.

நான் மறுவீடு செல்ல கணவருடன் வாசல் தாண்டி வெளியே வந்தபோது ஜகதீஷின் வீட்டுத் தெருப்படி வெறுமை பூசியிருந்தது. அது அவ்வப்போது மனதை என்னவோ செய்யும். அம்ம வீட்டில் இருக்கையில் தெருவோரம் அவன் குரல் கேட்கும்போதெல்லாம் அவன் தற்போது இயல்புக்கு வந்துவிட்டானா என முகம் பார்க்கத் துடிக்கும். மெல்ல அவனும் மாறியிருந்தான் என அக்கா ஒருமுறை ரகசியமாக என்னிடம் பகிர்ந்திருந்தாள். அக்காவுக்கு மட்டும் அவன் என்னை உருகி உருகி காதலித்த விஷயம் நன்கு தெரியும்.

“ச்சீ... அவன் பாவம்டி” என்பாள்.

எனக்கு இரண்டாவதாக அனிருத் பிறந்தபோது அம்மா வீட்டில் இருக்கையில்தான் ஜகதீஷின் அம்மா மலர்வதி வாயெல்லாம் பல்லாக வந்தார். அவன் திருமணம் பொருட்டு எங்கள் வீட்டுக்குப் பத்திரிகை வைத்துவிட்டு போனார். அவனுக்கு வாய்த்த மனைவியைப் பார்க்க எனக்குள் அப்படியொரு ஆர்வம். திருமணத்துக்குப் போய் வந்த அம்மாவிடம் துருவி துருவி விசாரித்தேன்.

“கல்யாணப் பொண்ணு எப்படி இருக்காம்மா?”

“ம்ம்ம்... நல்லா மூக்கு முழியுமா லட்சணமாத்தான் இருக்கா. என்ன... கொஞ்சம் குள்ளம். அவன் உயரத்துக்கு இந்தப் பொண்ணு தோலளவுதான் இருக்கும்னு நினைக்குறேன்” என்றாள்.

மணமக்கள் முதன் முதலில் அவர்கள் வீட்டுக்கு காலடி எடுத்து வைக்கும் நேரத்துக்காக வாசலை அவ்வப்போது பார்த்து காத்திருந்தேன். மணமக்கள் வந்திறங்கிய ஆரவாரம் தெருவாசலில் கேட்டது. ஓடிப்போய் மாடி ஏறி திட்டு மறைவில் இருந்து பார்த்தேன். அவன் மனைவி தீபலட்சுமி மணக்கோலத்தில் கண்ணுக்கு நிறைவாய் இருந்தாள். என்னவோ அந்த கணத்தில் என் கண்களிலிருந்து குபுக்கென சில கண்ணீர்த்துளிகள் எட்டிப்பார்த்தது. மனதுக்குக் கட்டளை இட்டு அணை கட்டிக்கொண்டேன். பக்கத்திலேயே இருந்தும் எவ்வளவு எட்டியும் ஜகதீஷின் முகம் மட்டும் தெரியவே இல்லை.

மாடிப்படியில் இறங்கி வரும்போது அவர்கள் மகிழ்ச்சியாக வாழ வேண்டும் என்று வாழ்த்தியபடியே கீழிறங்கினேன். அதற்கடுத்த சில வருடங்களில் அவனுக்குக் குழந்தை பிறந்தது பற்றியெல்லாம் அக்கா சொன்னது நினைவிருக்கிறது. அத்துடன் பல வருடங்கள் கழித்து

ஜகதீஷைப் பற்றி அக்கா இன்றுதான் சொல்கிறாள். அவன் சீக்கிரம் குணமாக வேண்டும் என்று உள்ளுக்குள் தவிப்பு பொங்கியது. தட்டில் பிசைந்துகொண்டே இருந்தேனே ஒழிய சாப்பாடு இறங்கவில்லை. ஜகதீஷின் பால்ய காலத்துப் பேச்சு, செய்கைகள் எல்லாம் மனதுக்குள் வட்டமடித்துக்கொண்டிருந்தது. வழக்கமாய் கொல்லையிலிருக்கும் நித்தியமல்லிச் செடியின் அருகாமையில் இருந்தால் அந்த இடத்தின் ரம்மியம் என்னைச் சகலத்தையும் மறக்கச் செய்துவிடும். ஆனால் அங்கே சென்றும் நினைவுகள் கடலலைகள் போல முன்னோக்கி வருவதும் பின்னோக்கிச் செல்வதுமாகக் கண்ணாமூச்சி ஆடியது. பால்யத்தில் அவனுடன் எடுத்துக்கொண்ட புகைப்படம் ஒன்று நினைவுக்குவர விடுவிடுவென ஸ்டோர் ரூமிற்குள் நுழைந்தேன். அங்கிருந்த சிறுவயது புகைப்படக் கட்டொன்றை எடுத்துத் தூசி தட்டினேன். பழுப்பு நிறமாகிவிட்டிருந்த அந்தப் படத்தில் ஜகதீஷ் அழகாக சிரித்துக்கொண்டிருந்தான். மஞ்சள் நிறக்கோடுகள் போட்ட சட்டையும் நேவி புளூ அரை டிரவுசரும் மங்கலாகத் தெரிந்தது. ஜகதீஷ் உட்பட நண்பர்கள் சூழ அனைவரும் நின்றிருந்தோம். அதில் நான் மட்டும் ஒரு மூலையில் சிலுவானமாக நின்றிருந்தேன்.

அதைதன் நெஞ்சுக்கு மேலாகக்கொண்டு போய் புகைப்படத்திலிருந்த அவனுக்கு என் ஈர முத்தத்தைப் பதிவு செய்தேன். அந்த முத்தத்தின் குளிர்ச்சி, குற்றால அருவியின் சாரல்போல் அவன் நினைவைச் சில்லிட வைத்தது.

மறுநாள் அதிகாலையிலேயே அக்காவின் அழைப்பு என்னை உசுப்பியது.

“சொல்லுக்கா... என்ன இவ்ளோ காலயில கூப்டிருக்க?”

அக்காவின் குரல் பிசிறு தட்டியது.

“நிவி, அந்த ஜகதீஷ்விடியக்கால ரெண்டு மணிக்கு மூச்சுத் திணறி செத்துப் போயிட்டானாம்டி... அம்மா சொன்னாங்க. கேக்கவே ரொம்ப கஷ்டமாயிடுச்சுடி. சின்ன வயசு. என்ன... இன்னிக்குத் தேதிக்கு அவனுக்கு உன்னவிட ரெண்டு வயசுகூட. முப்பத்தொம்பது வயசு தாண்டி ஆகுது. பாவம்!”

கேட்டதும் மனம் விம்மிக்கொண்டு வந்தது. அதை அடக்க முடியாமல் என்னுள்ளிருந்து கேவல் வெளிப்பட்டது.

“ஏய்... நிவி, ஏண்டி அழுவுற! சத்தமா அழுது அப்புறம் உன் புருஷனுக்கு கேக்கப்போகுது.”

அடுப்பில் பொங்க இருந்த பாலின் தணலைக் குறைத்தவள், "அக்கா... அதெல்லாம் நான் பாத்துக்குறன், நமக்குத் தெரிஞ்சவங்க யாரோ ஒருத்தர் இறந்துட்டாலே மனசப் போட்டுக் குடையும். அவன் என்னைச் சுத்திசுத்திக் காதலிச்சவன்க்கா... அவன் சாவுக்குக் கொஞ்ச நேரம் மனசார அழுதுட்டுப் போறேனே! என்னவிடுக்கா", என்றவாறு இணைப்பைத் துண்டித்தேன்.

கையறு நிலையில் குளியலறைக்குச் சென்ற நான் மூன்று குழாய்களையும் முழுவேகத்தில் திறந்துவிட்டேன். தண்ணீர் உக்கிரமாகக் கொட்டும் சத்தம் மட்டுமே வெளியே கேட்டிருக்கும்.

03
ரஞ்சனாவின் ரவிக்கை

ரஞ்சனாவுக்கு வாழ்வு குறித்தான மிகப்பெரிய மர்மங்களில் ஒன்று... தனக்கும் ரவிக்கைக்குமான ஏழாம் பொருத்தமே. கணவன் ரவியுடனான மனப்பொருத்தத்தைப் பற்றிக்கூட அவள் அதிகம் மெனக்கெட்டதில்லை. மாராப்பு போடத் துவங்கியதிலிருந்து ரவிக்கையுடன் அவள் மல்லுக்கட்டுவதே பிழைப்பாய் போயிற்று.

இங்கே ரவிக்கை என்பது புடவைக்கு வாகாக உடுத்திக்கொள்ளும் கட்சோளியைக் குறிப்பிடுவது. திருமணமாகிப் புடவை உடுத்தத் தொடங்கி 10 ஆண்டுகள் ஆகிப் போனாலும் இந்தப் புடலங்காய் ரவிக்கை மட்டும் முழுதாக அவளுக்கு பொருந்திப் போனதே இல்லை.

ஒன்றா இரண்டா! எதைச் சொல்வது, எப்படிச் சொல்வது!. ஒரு துண்டுத் துணியில் டெய்லர் வாகாக மடித்துச் சுருட்டிக் கட்டிக் கொடுக்கப்படும் ரவிக்கைகளைக் கையில் ஏந்தியதுமே தண்ணீரிலிருந்து வெளியே வந்து தத்தளிக்கும் மீன் கணக்காய் இவளது மனமும் துள்ளத் துடிக்கும் நிலைக்குப் போகும்.

புது ரவிக்கையைப் போட்டுப் பார்க்கவென்றே நேரம் காலம் பார்ப்பாள். ஏதோ நல்லநேரத்தில் உடுத்திப் பார்த்தாலாவது நல்லபடியாய் பொருந்திவிடாதா என்ற நப்பாசைதான். வேறென்ன! அவள் கதவைச் சாத்தி ரவிக்கையைப் போட்டுப் பார்க்க உள்ளே போகும் வேளையில்தான் யாராவது வந்து கதவைத் திறக்க வேண்டி மணியடிப்பார்கள். அறுவை சிகிச்சை மேற்கொண்டிருக்கும் மருத்துவரை இடைமறித்தால் என்னென்ன அபாயம் ஏற்படுமோ அத்தனை நிலைகள் இதற்கும் பொருந்தும். அப்போதுதான் வராத விருந்தாளிகள் எல்லாம் வாசற்கதவைத் தட்டுவார்கள். ரஞ்சனாவுக்கோ தகாத வார்த்தையெல்லாம் நினைவுக்கு வந்து அப்போதுதான் வாயில் வரும். போனவாரம் நடந்த சின்ன சண்டைக்கெல்லாம்

ரவிக்குத் தற்போது அர்ச்சனை நடக்கும். ஒரு வழியாக தேர் நிலைக்கு வருவதுபோல் நிதர்சனத்துக்கு வந்தால் ஆதாபாதையாக அவிழ்த்துப் போடப்பட்ட அந்த ரவிக்கையின் மீதே இனம்புரியாத வெறுப்பு வந்துவிட்டிருக்கும்.

ரஞ்சனாவுக்கு ஒட்டகசிவிங்கியின் உயரம். மத்தளம் போல உடம்பு. அப்படியே பாதியாய் மடிக்கலாம் போலான வாகு. அதன்பொருட்டே அவள் எந்த வகைதொகைக்குள்ளும் அடங்காதவளாய் இருந்தாள். அதனாலேயே அவளது ரவிக்கைப் பயணம் ரயிலின் பயணத்தைவிட நீண்டுகொண்டே சென்றது. அவளுக்கான சிறந்த ரவிக்கை தேடலில் ஒவ்வொரு ரவிக்கையும் வெவ்வேறு அனுபவங்களை அவளுக்குத் தந்திருக்கிறது. ஒரு சிலதை முழங்கைத் தாண்டி மேலே ஏற்றுவதற்குள் முழி பிதுங்கும். சிலதில் தோள்பட்டைத் தொங்கும். சிலதோ பிந்துகோஷின் இருகை போகுமளவு தொள தொள. சிலதை போடும்போதே தையல் பிரியும் மென்னொலி மென்னிப் பிடிப்பதாய் இருக்கும்.

இதை அனைத்தையும் தாண்டி கைகள் சரிவரப் பொருந்திப் போனால் பாதி கிணறு தாண்டிய திருப்தி வரும். ஆனால் முக்கிய ஆட்டமே இதற்குப் பிறகுதான்.

சிலது முதுகுப் பக்கம் ஜான் ஏறி கழுத்துப் பக்கம் ஜான் தொங்கியிருக்கும். குமரிக்குக் கிழவி வேடம் போட்டாலோ கிழவிக்கு குமரி வேடம் போட்டாலோ எப்படி ஒரு லஜ்ஜை ஏற்படுமோ அப்படி இருக்கும் அதைப் பார்க்க. சமயத்தில் பொத்தான்களை இழுத்து பிடித்து போடுவதற்குள் அதனாலேயே இருதரம் நெஞ்சுவலி வந்து மருத்துவரிடம் போய் வந்தது தனிக்கதை. பின்பக்க ரவிக்கையின் சில மடிப்புகள் உட்பட முன் பக்கம் இறங்குமுகமாகி இருக்கும்.

இப்படிச் சகலமானதையும் மென்று முழுங்கி இறுதிக் கட்டத்திற்கு வரும்போது ரஞ்சனாவின் இதயம் தாறுமாறாய் துடிக்கத் தொடங்கியிருக்கும்.

சோளியின் குணமே அது மார்புடன் பொருந்திப் போகும் லட்சணத்தில்தான் அழகு பெறும். தட்டை, உருளை, முக்கோணம், கூம்பு, அறுகோணம் என என்றோ பள்ளிக் கணக்குப் பாடத்தில் படித்த வடிவங்கள் எல்லாம் கண்முன் தோன்றும் வண்ணம் ஒவ்வொரு ரவிக்கைக்கும் வெவ்வேறு வடிவங்களாக வகை வகையாய் தைத்திருப்பார் தையல்காரர். வத்தலும் தொத்தலுமா இருக்குறதுக்கெல்லாம் வக்கனையா பொருந்திப் போகுது. எனக்கு ஏன்

வடிவம் பொருந்தாம வாயிலும் வயிற்றிலும் அடிச்சிக்க வைக்குது! ஏதோ ஒருவர் இருவர் அல்ல. ஊரில் இருந்த அத்தனைத் தையல் காரரையும் சல்லடைப் போட்டுச் சலித்தாயிற்று. ஒவ்வொருவரும் அவளுக்கு ஒவ்வொரு விதமாய் தைத்துக்கொடுத்தவர்கள். தொலைக்காட்சி மற்றும் திரையில் தோன்றும் நடிகைகளுக்கெல்லாம் மட்டும் எப்படி இந்த ரவிக்கைகள் கச்சிதமாய் பொருந்திப் போகிறது? கேவலம்? ஒரு உடைக்கு இப்படி யாராவது இத்தனை மெனக்கெடுவார்களா? என்று கூட ரவி சமயத்தில் சலித்துக்கொள்வான்.

“நீ என்ன ஊர்ல இல்லாத பெரிய ராஜகுமாரியா? உனக்கு மட்டும் ஏன் உருப்படியா ஒன்னு அமையமாட்டேங்குது. இதுதான் அளவு ஜாக்கெட்ன்னு ஒன்ன ஒழுங்கா வெச்சிருக்கியா நீ. எல்லாத்துலயும் நாலு கரெக்ஷனஸ் சொல்ற. நீ சொல்றத நான் அவன் காதுக்குள்ள கடத்தி கடைசியில அது கண்டதுண்டமா ஆகிடுது”, என்பான்.

இவ்வளவு ஏன்? ஊரடங்கு நாட்களில் கூட ரஞ்சனாவுக்கு கரோனாவிட டெய்லர் கரணிடம் கொடுத்திருந்த தன் கட்சோளிகளைப் பற்றிய கவலைகளே அதிகம். கொடிய கரோனா காலத்தால் நேரில் செல்ல முடியாததால் வாட்ஸ் அஃப் வீடியோ கால் மூலமே ரவிக்கைகளின் அளவு குறித்து செயல் விளக்கம் துவங்கியிருந்தாள்.

ரஞ்சனாவுக்கு விதவிதமான ரவிக்கைகள் அலங்கார வடிவமைப்புகளில் உடுத்த ஆசைதான். என்ன செய்வது! அவள் மாங்கு மாங்கென்று ஒப்பித்துவிட்டு வரும் கணக்குகளுக்கு மாறாய் கழித்துவிட்டிருப்பார்கள். கேட்டால் ஆயிரம் காரணங்கள். கேட்காமல் போனால் 2000 புலம்பல்கள் என அது ஒரு அநியாய அவதி.

‘அந்த முட்டுச்சந்துல கடை வெச்சிருக்குமே ஒரு தம்பி. அவரு நல்லா தைப்பாரே’ என்று யாராவது நம்பிக்கைக் கொடுத்தால்போதும். மறுநாள் அவர் வாசற்படி மிதித்து ஒரு ரவிக்கை கொடுத்துவிட்டுதான் மறுவேலை பார்ப்பாள். என்ன ஒன்று. மாதிரி ரவிக்கைகளில் இவள் சொல்லும் மாற்றங்களை உள்வாங்குவதற்குள் சிலருக்கு மனவெழுச்சி ஏற்படும் பலருக்கு மனத்தளர்ச்சி உண்டாகும். பெரிதும் மெனக்கெட்டு தைக்க வேண்டும் என சிரமம் ஏற்படுவதாலோ என்னவோ மொத்தமாய் வீணாகிப் போகும்.

அத்தி பூத்தாப்போற் புதிதாகக் கொடுத்த ஒரு தையலரிடம் ரவிக்கை சற்றே பொருந்திப் போகும். அதை அநியாயத்துக்கு நம்பி அடுத்து நாலு ரவிக்கைகள் கொடுத்திருப்பாள். மணல் குதிரையை நம்பி ஆற்றில்

இறங்கிய கதையாய் உடுத்திப் பார்த்த வேகத்தில் நாலுமே நாலு மூலையில் நாண்டுகொண்டு கிடக்கும்.

ரவிக்கைகளைத் தைக்கக் கொடுக்கத் திரிவது ஒரு புறம் எனில் அதில் கோக்குமாக்காகக் குவிந்துக்கிடக்கும் தகராறுகளைச் சரிசெய்ய திரிவது மறுபுறம்.

"இனி இந்த ஊரில் உனக்கு பிளவுஸ் தைக்கவே யாரும் இல்லை. பேசாமல் நீ சுடிதாருக்கு மாறிவிடு" என்று இறுதியாக உறுதியாக ரவி சொல்லிவிட்டுப் போன மேல்தான் அப்படி ஒரு முடிவெடுத்திருந்தாள் ரஞ்சனா.

ஒரு சுபயோக சுபதினத்தில் ரவிக்கைத் தைக்கச் சொல்லிக்கொடுக்கும் நல்ல தையல் பயிற்சி மையம் தேடத்தொடங்கினாள் ரஞ்சனா. தன் துன்பம் இத்தோடு தீரவேண்டும் எனப் பெருமூச்சுவிட்ட ரவி குலதெய்வத்துக்கு மொட்டை போடவெல்லாம் பிரார்த்தித்துக் கொண்டான். (அட அவனுக்குத்தான்).

ஆறு மாதங்கள் கழிந்தது. அவனுடைய பிரார்த்தனை வீண் போகவில்லை.

அட... ரஞ்சனா ரவிக்கை தைப்பதில் நிபுணத்துவம் பெற்றுவிட்டாள் என்று யாரும் தப்புக்கணக்குப் போடவேண்டாம். பழைய டெய்லர்கள் தைத்துக் கொடுக்கும் தாறுமாறான ரவிக்கைகளைத் தையல் பிடித்து, பிரிக்க, ஏத்தி, இறக்க, வெட்டி, கழித்து, சேர்க்க எனச் சகலத்தையும் பிரித்து மேய்ந்து சமர்த்தாய் உடுத்திக்கொள்கிறாள். தற்போது ஆச்சர்யமாய் அத்தனையும் அம்சமாய் பொருந்திப்போகிறது.

ரஞ்சனாவின் ரவிக்கைகள் எல்லாம் ரம்மியமாகிப் போய்விட்டது. தற்போது கரோனாவினால் மறுபடியும் பிரச்சனை தலைதூக்கிவிட்டது ரஞ்சனாவுக்கு. அந்தந்த புடவை ரவிக்கைக்கு ஏற்ற வண்ணங்களில், துணி வகைகளில் முகக்கவசம் தைத்துக் கொடுக்க எந்த டெய்லரைப் பிடிப்பது எனத் தீவிரமாக யோசித்துக்கொண்டிருக்கிறாள்.

04

கல்யாண சாவு

மாரப்பன் இப்பவோ அப்பவோ என இழுத்துக்கொண்டிருந்தார். வயது 97. வைரம்பாய்ந்த கட்டை என்று சொல்வார்களே அப்படி ஒரு தேகம். வயசுக் காலத்தில் ஆஜானுபாகுவான ஆஞ்சநேயர் போலிருப்பார். திரண்ட மார்பு. ஓங்குதாங்கான உயரம். வயக்காட்டில் இறங்கி வேலை செய்தால் பத்தாள் செய்யும் வேலையை ஒத்தாளாய் முடித்து திரும்புவார். அத்தனைப் பெரிய வரலாறு இரண்டு நாளாய் படுக்கையில் விழுந்துகிடக்கிறது. படுக்கையில் கிடந்தாலும் நினைவுக்கோ பேச்சுக்கோ பங்கமில்லை. ஒன்றுக்கு இரண்டுக்கு என போக கடைசி மகன் செவலையுடன் கைத்தாங்கலாகச் செல்ல கால், கைகள் ஓரளவுக்கு ஒத்துழைப்புக் கொடுக்கிறது.

இரண்டு நாட்களுக்கு முன்புவரை நன்றாகத்தான் இருந்தார் மாரப்பன். வரப்பில் கால் வழுக்கி விழுந்துவிட, எலும்புக்கு சேதாரமில்லை என்றாலும் எழுந்து உலாத்த இரண்டு சப்பைகளும் ஒத்துழைப்புக் கொடுக்கவில்லை.

செவலைக்கும் பேரன் கருணாவுக்கும் ஆகப்பெரும் கவலையாக இந்த கொரோனா உருமாறியிருந்தது. கரோனா எச்சரிக்கைகள் கசியத் தொடங்கிய 2020 மார்ச் மாதம். முதல் ஊரடங்குப் போடப்பட்டு அனைவரும் வீட்டிற்குள்ளேயே பயந்து பதுங்கிப்போயிருந்த பரிதாபமான நேரம். கைகளை கழுவச்சொல்லி மாய்ந்துகொண்டிருந்தது சேனல்கள். கூட்டமாகக்கூட வேண்டாம் என அலறிக்கொண்டிருந்தது அரசு.

போயும் போயும் தாத்தா இந்த ஊரடங்கு காலத்திலா இப்படி விழுந்து தொலைக்கவேண்டும் என கருணா புலம்பத் தொடங்கிவிட்டான். வயதைக் காரணம் காட்டியே மருத்துவரும் கைவிரித்துவிட்டார்.

மாரப்பனுக்கு செவலை ஒத்த பிள்ளை. உடன் பிறந்ததோ 6 மகள்கள். மாரப்பன் 90 வயதைத் தாண்டியதிலிருந்தே "இனி எங்கப்பன் போனா அது கல்யாண சாவுதான்", என சந்தோஷமாகத் சொல்லித் தீர்த்தாள் மூத்தவள் பச்சைக்கிளி. 95க்கு பங்கமில்லை என மொணவூர் ஜோதிடர் ஏற்கனவே சொல்லி வைத்திருக்க, அதையும் கடந்து போய் இதுதான் அவர் முடிவு காலமோ என அனைவரும் சிந்திக்கத் தொடங்கிவிட்டனர்.

செவலைக்கும் இந்த ஊரடங்கு நாட்களில் அசம்பாவிதம் நடந்துவிட்டால் என்ன செய்வது? கூடப் பொறந்த பொறப்புகள் எல்லாம் நானூறு கி.மீ தள்ளியிருக்கும் இவ்வேளையில் எந்த வண்டியை பிடித்து எப்படி வந்து சேரும்கள்?! என்று எண்ணச்சுழலில் சிக்கிக்கொண்டார். நெய்பந்தம் பிடிக்கப் பேரப்பிள்ளைகள் முதற்கொண்டு வரவேண்டும். இந்தக் கிருமி என்னும் கருமத்தால் ஊராரும்தான் எப்படி வருவார்கள். அதிகபட்சம் ஒரு வாரம்தான் தாங்குவார் எனச் சொன்ன வார்த்தைகளே காதோரம் ஒலித்துக்கொண்டிருந்தது அனைவருக்கும். மருமகள் எழிலரசி இப்போதே வீட்டை ஏறக்கட்ட துவங்கிவிட்டாள். (ஊரடங்கு உத்தரவு என்றால் அவளுக்கு இன்னும் முழுசாய் தெரியவில்லை பாவம்!) பெரிய பாத்திரங்களை செம்பருத்தியை துணைக்கு வைத்துக்கொண்டு கீழிறக்கினாள். தினமும் அந்துசான புடவையாக உடுத்திக்கொண்டாள். கை வந்த வழிக்கு கோடாலிமுடிச்சு போட்டு உலவிக்கொண்டிருந்தவள் கூட நாலுநாளாய் கண்ணாடிப் பார்த்து சீப்பு வைத்து கொண்டை போட்டுக்கொள்கிறாள். நடைவாசல் எல்லாம் கூட்டிக் மொழுகினாள்.

ஊரடங்கு குறித்து செம்பருத்தி சொன்னதையெல்லாம் அவள் காதில் போட்டுக்கொண்டதாகவே தெரியவில்லை. "அடி போடி இவளே... சாவுக்குக் கூடவா வராம இருப்பாங்க" என அப்பிராணியாய் கேட்டு வைத்தாள்.

இந்த கொரோனாவினால் அந்தந்த நாடுகளில் நடக்கும் கலவரங் களை எல்லாம் எப்படி இவளுக்குப் புரியும் வகையில் விளக்கிச் சொல்வது என்று அங்கலாய்ப்பு செவலைக்கு.

"எங்கனா... நாலு எழுத்து படிச்சிருந்தா தான. அட... டிவி பாக்குற பொழப்பும் கிடையாது. பொழுது சாஞ்சா நாலு வூட்ட கதய கேட்டுட்டு திரிவா. தூத்தெரி" என சலித்துக்கொண்டார் செவலை.

ஆடி போய் ஆவணி வந்தால் மாப்பிள்ளை தகைந்துவிடும் என்று ஜோதிடர் சொன்னதையே நம்பிக்கொண்டிருக்கும் 25 வயது தாண்டிய

மகள் செம்பருத்தி ஒரு புறம். தொழில் தொடங்கத் தன்னிடமிருந்து பணத்தை எதிர்பார்த்து நிற்கும் மகன் கருணா மறுபுறம். இருக்கறது ஆணொன்னு பொண்ணொன்னு ரெட்ட பசங்க. இருவருக்கும் எந்த நல்லது கெட்டதையும் இருந்து பாக்க அப்பாவுக்குக் கொடுப்பன இல்ல போல என செவலையின் மனம் புழுங்கியது.

ஆளுக்கு ஒரு கவலை அப்பிக்கிடக்க மாரப்பனுக்கோ மகன் செவலை குறித்து ஏகப்பட்ட கவலை குவிந்து கிடந்தது. மாரப்பன் நிலம், நீசம்னு இருந்தவர்தான். ஆறு மகள்களை சீர் செய்து கட்டிக் கொடுத்து செவலைக்கும் கால்கட்டு போட்டுத் திரும்புவதற்குள் பாதி சொத்து போன இடம் தெரியவில்லை. செவலையும் அவனுக்கென வைத்திருந்த கொஞ்ச நஞ்சத்தையும் தொலைத்துவிட்டான். வந்த மருமகளுக்கு சாமர்த்தியம் போதவில்லை. அவளுடைய நகைகளெல்லாம் வரிசையாக அடகுக் கடைக்குச் சென்றதோடு சரி. ஒன்றுகூட வீடு திரும்பவில்லை. இந்தக் கவலை ஒருபுறம் இருக்க பேத்தி செம்பருத்திக்கு இன்னும் குண்டுமணி தங்கம்கூட வாங்கி வைக்கவில்லை. “நேரம் வரட்டும், நிலத்த வித்து பாத்துக்குறேன்” என்பதே செவலையின் வாய்ச்சவடாலாகப் போய்விட்டது. வெளஞ்சது, வெளயாததுன்னு வந்தபோதெல்லாம் வக்கனையா வாரிச் சுருட்டிட்டுப் போற கூடப்பொறந்தப் பொறப்புங்கனு செவலைக்கு நாலாபுறமும் சிக்கல்தான்.

இதிலிருந்து அவன் எப்போது மீள்வான் என்றே சதா சர்வகாலமும் எதிர்பார்த்துக்கொண்டிருப்பார் மாரப்பன். இதோ இப்படி கயிற்றுக்கட்டிலோடு படுக்கை. இந்த நிலையில்தான் கொரோனா தாக்கம் குறித்த அலறல் உலகெங்கும்.

தன்னால் இன்னும் இரு தினங்கள்கூட தாங்கமுடியாது என்றுணர்ந்த மாரப்பன் ‘செவல’ என மெல்லிய ஸ்வரத்தில் மகனை அழைத்தார்.

கூப்பிட்ட குரலுக்கு ஓடோடி வந்தான் செவலை.

“என்னப்பா, இன்னுங்கொஞ்சம் கஞ்சி கிஞ்சி குடிக்கிறியா?”

“வேணாம்பா... செத்த எம்பக்கத்துல ஒக்காரு. உங்கிட்ட கொஞ்சம் பேசணும்.”

தன் காதுகளைக் கூர்மையாக்கிக்கொண்டான் செவலை.

“செவல... நாஞ் செத்தா நம்ம குலவழக்கப்படி கல்யாணசாவுன்னு ஊர் மெச்ச அடக்கம் பண்ணுவியாப்பா?”

“ஆமாம்பா... அதுல என்ன சந்தேகம். நம்ம தாத்தனுக்கு நீ செஞ்சது தான. அதுமாதிரி செய்யுறது தான நியாயம்”.

“நியாயந்தான். இல்லேன்னு சொல்லல. நீயோ ஓட்டக்கையன். கடன வுடன வாங்கி ஊரு மெச்ச வாங்கி ஏகத்துக்கும் செலவு பண்ணிட்டு நிப்ப. அதெல்லாம் வேணாண்டா”.

“இல்லப்பா... நான் அப்படிச் செய்யலேன்னா... அட ஊரவிடுங்க... என் கூடப்பொறந்த பொறப்புங்களே என்னக் காறித்துப்பும். இதவிட மானக்கேடு வோணுமா! அந்தக் காலத்துல தோட்டம், தொறவுன்னு நல்லா வாழ்ந்த தலக்கட்டு நீங்க. உங்களுக்கு ஒரு கொறயும் வெக்கமாட்டேன்”.

“மேல தாளம், சமையக்காரன், விருந்து, வைபோகம், கூத்துக்கட்டு, படய சாமான், அவனவனுக்கு பிராந்தி பாட்டிலுனு அது ஆகுமேடா ரெண்டு லச்சத்துக்கு கொறயாம. என்ன பண்ணுவ?”

“அட... நீ ஏன்ப்பா அத நெனக்குற. எந்தலய அடமானம் வெச்சாவது கடன வாங்கி செஞ்சிடுவேன் ஆமாம்!”.

இப்போது மாரப்பனின் நெற்றி சுருங்கியது. வலது கையை உயர்த்தியபடி பேசத்தொடங்கினார், “அட... கூறு கெட்டவனே... நீ திருந்தவே மாட்டியாடா. 25 வயசாயியும் பொண்ணுக்கு கல்யாணங்காச்சி பண்ணல, புள்ளைக்கு வழிகாட்டல, பணத்துக்கு நாயா பேயா அலையுற. இப்ப எனக்கெதுக்குடா இந்த ஊருமெச்ச கூட்டியனுப்புற அலப்பற”.

“இல்லப்பா... நீ சும்மா இரு. எப்பேர்ப்பட்ட வாழ்க்க வாழ்ந்திருக்க. விழா எடுக்க வேணாமா?”

“அடபோதும்டா... வீம்புக்கும் தூம்புக்கும் வாழ்ந்ததெல்லாம் போதும். பரம்பரச் சொத்துனு ஏதோ கொஞ்சம் கிடந்தும் உங்கையில பண நடமாட்டம் துப்புரவும் இல்ல. பிறகெதுக்குடா துப்புகெட்ட வேலயெல்லாம்? இருக்குறவன் செய்யலாம். இல்லாதவன் எங்கடா போவான்?!”

“நீ திருப்திப்பட்டுட்ட. நான் திருப்தி படவேணாமா? காசு பணம் வரும் போவும். கல்யாண சாவு வரத்த வாங்குன அப்பனுக்குச் செய்யுறத சரியாச் செய்யாம வுட்டுட்டான் புள்ளனு எனக்குதான தீராப் பழி உண்டாகும். அது எம்பாடு. நீவிட்டுடு”.

மெல்ல மூச்சு வாங்குகிறது மாரப்பனுக்கு

“டேய்... ஏற்கனவே கழுத்து வரைக்கும் உனக்கு கடனிருக்கு. நான் உன்ன மூழ்கடிச்சுட்டு போகவிட்டுடாதடா. இதான் என் ஆச. ஏதொ இந்த ஊரடங்கால சூழ்நிலை இப்ப நமக்குச் சாதகமாக் கிடக்கு. பதமா புடிச்சுக்கோடா... டேய்”.

சொல்லி முடிக்கும் வேளையில் பெரிதாக மேல்மூச்சு ஒன்று வாங்கியது. அது மெல்ல இறங்கிய வேளையில் மாரப்பனின் சப்த நாடியும் அடங்கிப் போனது.

ஒரு சகாப்தம் கண்முன்னே முடிவுக்கு வந்ததை விசனம் இல்லாமல் பார்த்துக்கொண்டிருந்தான் செவலை. தற்சுரணை பிடிபடச் சற்று அவகாசம் தேவைப்பட்டது அவனுக்கு.

செவலையின் பெருங்குரலுக்கு உள்ளே இருந்தவர்கள் விழுந்து வாரிக்கொண்டு வந்தார்கள்.

தாத்தா... போயிட்டீங்களா என அழத்துவங்கிவிட்டாள் செம்பருத்தி.

இது கொரோனா இறப்பு அல்ல என்பதை கிராம நிர்வாக அலுவலர் உட்பட பலரிடமிருந்து கையெழுத்துப் பெற்று நிரூபிப்ப தற்குள்போதும்போதுமென்று ஆகிவிட்டது செவலைக்கு. வீட்டுப் பெண்களுக்கெல்லாம் சொல்லி அனுப்பப்பட்டது. அருகாமையில் இருந்த இரண்டு பெண்கள் மட்டும் “யப்பா..!” என அழுதபடியே தெருவாசல் தொட்டார்கள்.

மற்ற நால்வர் இறந்த தந்தையின் புகைப்படத்தை வாட்ஸ் அப்பில் பதிவேற்றச் சொன்னார்கள். மாரப்பனின் ஈமச்சடங்குகள் அனைத்தும் செயலி வழி நேரலையில் ஒளிபரப்பப்பட்டது பக்கத்து வீட்டு நண்பன் சிவா இந்த ஏற்பாட்டைச் சிறப்பாகச் செய்து கொடுத்தான். சொந்தங்கள் அனைத்தும் நெகிழ்ச்சியுடன் நேரலையில் இணைந்திருந்தனர். நூற்றுக்கணக்கான உறவினர்கள், நண்பர்கள் புடைசூழ நடந்திருக்க வேண்டிய மாரப்பனின் இறுதிப் பயணம் குறைவில்லாத பாரம்பரியச் சடங்குகளை உள்ளடக்கியபடி வெகுசில மனிதர்களுடன் இயல்பாக முடிந்தது. கொரோனா கெடுபிடிகளால் முக்கிய சொந்தபந்தங்கள் கலந்துகொள்ள முடியாமல் போயினும் இணையத்தின் துணைகொண்டு சிறந்த மாற்று வழி' யில் பயணித்ததன் பலனாய் அனைத்துச் செய்தித் தொலைக்காட்சிகளிலும் மாரப்பனின் கல்யாண சாவு டிரெண்டிங் ஆனது. கொரோனா காலத்தில் நிகழ்ந்த முதல் கல்யாண சாவு என்பதாய் யுடியூப்பிலும் மாரப்பனின் இறுதிச் சடங்கு காணொலி வைரல் ஆனது.

தாத்தாவின் கல்யாண சாவினால் தன் குடும்பத்தின் மீது இத்தனை பெரிய வெளிச்சம் படர்ந்ததை நினைத்து நெக்குருகிப் போனான் கருணா. அடிபட்ட குடும்ப உறுப்பினர்களின் மனதில் மருந்திட்டதுபோல அமைந்துபோனது மேற்படி நிகழ்வுகள். தன் வீட்டு தரித்திரங்களையெல்லாம் தன்னுடன் மூட்டைக் கட்டிக்கொண்டபடி வெகு இயல்பாக மண்ணுக்குள் போனார் மாரப்பன். இப்போது மாரப்பனின் ஆன்மா கரோனாவுக்கு பல கோடி முறை நன்றி சொன்னது.

05

நிரலியின் இணையவழி சுயம்வரம்

"அம்மாடி நிரலி... கொரோனா காலத்துல கல்யாணமே நடக்குது. உன்ன பொண்ணு பாக்கத்தானே வரேன்னு சொல்றாங்க. ஏன் வேணாங்குற." நெற்றியில் மூன்று விரல்கொண்டு விபூதிப்பட்டை இழுத்தபடிக் கேட்டார் சிங்காரம்.

"அப்பா... ஏற்கனவே எனக்கு இந்தப் பொண்ணு பாக்குற விஷயம்னா அலர்ஜி. எங்காவது கோவில், குளம், பார்க், ஹோட்டல்னு வரச்சொல்லலாம்னா என் கிரகம். இப்பப்பாத்து இந்த கொரோனா கொடும வேற. போயும் போயும் என் கல்யாணத்தப்பயா இந்த கொரோனா கொப்பளிச்சிட்டு வெளிவரனும்?" கொரோனா மேல் இருந்த கடுப்பில் கல்யாணம் என்று தொடங்கினாலே எள்ளும்கொள்ளும் வெடித்தது நிரலிக்கு.

"அதுக்கென்னம்மா பண்றது. இந்த பாழாப்போன தொத்துநோய் வந்தாலும் வந்துச்சு, தூசு தட்டி மேல எடுத்து வெச்ச உன் ஜாதக கட்ட புரட்ட முடியாமலேயே போயிடுச்சு. கிட்டத்தட்ட 12 மாப்பிள்ளை ஜாதகம் செட்டாயி மூணு மாசமா எப்ப வரட்டும், எப்ப வரட்டும்னு கேட்டுத் தொல்ல பண்றாங்கமா. நான் என்ன பதில் சொல்றது?"

"கொரோனா கம்ப்ளீட்டா ஒழியட்டும். அப்புறம் பாக்கலாம்னு சொல்லுங்கப்பா."

"இப்ப போற சூழ்நிலையப் பாத்தா இன்னும் சில வருஷத்துல கொரோனான்னு ஒன்னு ஒழிஞ்சாலும் 'தொரோனா'ன்னு ஒன்னு தொரத்தினு வந்தாலும் வந்துரும். அதெல்லாம் ஒழிஞ்சதுக்கப்புறம்தான் நீ கல்யாணம் பண்ணிக்கனும்னா உனக்கு அறுபதாம் கல்யாணம்தான் நடக்கும்." தொய்வாகப் பேசி முடித்தார் சிங்காரம்.

ஆன்லைன் கிளாஸை முடித்துவிட்டு அசால்ட்டாக வந்தமர்ந்த மீனலோச்சினி, "அதுக்கெல்லாம் அவசியமே இல்ல" என்றாள்.

“என்ன மீனா... நீயே இப்படிச் சொல்ற! அப்ப நம்ம பொண்ணுக்கு எப்பதான் கல்யாணம் பண்றது?” சிடுசிடுத்தார் சிங்காரம்.

“அட... இப்பல்லாம் எத்தன ‘ஆப்ஸ்’ இருக்கு! ஆன்லைன்ல வீடியோ கான்பிரன்ஸ் மாதிரி பெண் பார்க்கும் படலத்தை லைவ்வா நடத்தினா என்ன?” அணிந்திருந்த மூக்குக் கண்ணாடியை மடக்கி மேஜையின் மீது வைத்தபடியே பேசினாள் மீனலோச்சினி.

ஆச்சர்யத்தில் புருவத்தை உயர்த்தி தன் தாயை நோக்கினாள் நிரலி. பதற்றத்தில் குடித்தத் தண்ணீர் புரை ஏறியது சிங்காரத்துக்கு. சமாளித்தபடி வாயைப் பிளந்தார்.

“என்னடி இது! புதுசா இருக்கே!” விழி விரித்தபடியே பேசினார் சிங்காரம்.

“உலகத்துல எல்லாமே இப்ப புதுசு புதுசாதான் கோலம் காமிக்குது. நம்ப முடியாததெல்லாம் நடக்குது. நாமளும் மாறிக்க வேண்டியதுதான்.” தோள்பட்டையைக் குலுக்கியபடியே சொன்னாள் மீனலோச்சினி.

“அது சரிடி. மொத்தம் 12 பேர் வரேன்னு சொல்றாங்களே... எல்லாருக்கும் சேர்த்தா மாதிரி வெச்சு இந்தா பாத்துக்கோங்க என் பொண்ணனு சொல்றது ஏதோ எல்லாரையும் உக்காத்தி வெச்சு சினிமா காண்பிக்குற கதையால்ல இருக்கும். பொண்ணு பாக்குற விஷயங்குறது கண்ணும் கண்ணும் வெச்சா மாதிரி கான்பிடென்ஷியலா நடத்த வேண்டிய விஷயம். இப்படியா கான்பிரன்ஸ் மீட்டிங் மாதிரி நடத்துவாங்க. நெவர்! ஐ டோண்ட் அக்சப்ட் இட் மீனா.”

“அட ராமா! உங்களுக்கு எப்பதான் புத்தி வரப்போகுதோ!” தலையிலடித்துக்கொண்டு வாதத்துக்குத் தயாராய் நின்றாள் மீனலோச்சினி.

“புத்தி இருந்தா ஏன் நான் உன்னைக் கல்யாணம் பண்ணி இருக்கப் போறேன்!” சிங்காரம்விடுவதாய் இல்லை.

“அய்யோ அப்பா... உங்க சண்டைய கொஞ்சம் அப்புறம் வெச்சிக்குறீங்களா! முதல்ல என் மேட்டருக்கு வாங்க. ஏற்கனவே மூணு மாசமா நம்ம மூணு பேரு மூஞ்சிங்களயே பாத்துப் பாத்து எனக்கு முழி பிதுங்குது. இதுல நீங்க வேற! காமெடிங்குற பேருல கழுத்த அறுக்காதீங்க. எனக்கென்னமோ அம்மா சொன்ன விஷயம்தான் சரின்னு படுது. நீங்க சொன்ன அந்த 12 வரனுக்கு மொத்தமா 12 நாளு, 12 புடவைக் கட்டி, 12 முறை அவங்க முன்னால உக்காந்து,

வராத வெக்கத்த பிடிச்சு இழுத்து வந்து முகத்துல உக்காத்தி வெச்சு, மெதுவா ஓரக்கண்ணால மாப்பிள்ளையப் பாத்து, அது மாப்பிள்ளையா அவர்கூட வந்த அவரோட மச்சானானு சமயத்துல குழம்பி, அவங்க வராங்க... இவங்க வராங்கன்னு வீட்ட ஏறக்கட்டி இறங்ககட்டி, நம்ம வாயக்கட்டி வயித்தக்கட்டி சேத்த பணத்துல பஜ்ஜி, சொஜ்ஜினு செஞ்சு தந்து யப்பா... அது ஒரு பெரிய பிராசஸ்! அதுக்கு அம்மா சொன்ன ஐடியாதான் பெஸ்ட்." மூச்சுவிடாமல் சொல்லி முடித்தாள் நிரலி.

இல்லாத காலரைத் தூக்கிவிட்டுக்கொண்டாள் மீனலோச்சினி.

"மீனா... உன் ஆன்லைன் கிளாஸ உன் காலேஜோட வெச்சிக்கோ. நல்லா இருந்த பொண்ணு மனசையும் கெடுத்து வெச்சுட்ட. நான் தெரியாமத்தான் கேக்குறேன்... இது தெரிஞ்சா ஊரு உலகம் நம்மள என்ன சொல்லும்? அட... ஊரு உலகம், நம்ம சொந்த பந்தங்க எல்லாரையும்விட்டுத்தள்ளு. அந்த மாப்பிள்ள வீட்டுக்காரங்க எல்லாம் நம்மள பத்தி என்ன யோசிப்பாங்க. சரியான மானங்கெட்ட குடும்பம்னு நினைச்சாலும் நினைப்பாங்க!"

"ஹலோ மிஸ்டர் சிங்காரம்... பிராக்டிகலா பேசுங்க. பொண்ண நாலு பேரு எதிருல மாஸ்க் போட்டு உக்கார வெக்குறதுக்கு இந்த ஆன்லைன் சுயம்வரம் எவ்வளவோ தேவலாம். இந்த கொரோனா நேரத்துல யார நம்பி வீட்டுக்குள்ள சேக்க முடியும்? இங்க பாருங்க... வர்ற ஞாயித்துக்கிழம நல்ல சுபமுகூர்த்த நாள். பத்தர மணிக்கு நேரம் நல்லாயிருக்கு. கான்பிரன்ஸ் ஐடி நான் கிரியேட் பண்ணி தரேன். எல்லாருக்கும் தெரிவிச்சுடுங்க. சொன்ன நேரத்துக்கு யாரு கனெக்ட் ஆகுறாங்களோ நிரலிய பாக்கட்டும். இல்லனா போகட்டும்." தீர்மானமாய் சொன்னாள் மீனலோச்சினி. சிங்காரம் எச்சில் முழுங்கினார்.

"சரி மீனா... கான்பிரென்ஸா இல்லாம வெறுமனே நிரலிய சோபாவுல வந்து உக்காத்தி வெச்சு வீடியோ எடுத்து அவங்கவங்க வாட்ஸ் அஃப் நம்பருக்கு அனுப்பிட்டா என்ன?"

"மாப்பிள்ள வீட்டுக்காரங்க பொண்ணுகிட்ட பேரென்ன, ஊரென்ன, எங்க படிச்ச, கிழிச்சன்னு எதயாவது கேப்பாங்க... கொள்வாங்க. இவளும் அன்மியூட் பண்ணிட்டு பதில் சொல்லிக்கலாம். சாட் பாக்ஸுல வந்து விழுற கேள்வி பாத்துகூட பதில் சொல்ற ஆப்ஷன்ஸ்லாம் இருக்கே.போதும்னதும் வீடியோவ உடனே நிறுத்திக்கலாம். ஐயோ எத்தன சௌகர்யம்." மலைப்பில் தாவாங்கட்டையில் கை வைத்தாள்.

“பொண்ண நமக்கு மட்டுந்தான் கண்ணுல காம்பிக்குறாங்கன்னு ஒரு பிரைவசி இருக்கும்ல. அதவிட்டுட்டு ‘ஷி இஸ் ஓபன் டு ஆல்’னா நினைக்கவே ஏதோ லஜ்ஜையா இருக்கு. என்ன சொல்லுற.”

“ஐயோ… எத்தன வாட்டிதான் திரும்பத்திரும்பச் சொல்றது. இப்பல்லான் ஆபிஸ் மீட்டிங், ஆன்லைன் கிளாஸ், வெட்டி அரட்ட, ஷாப்பிங், டெலிவரின்னு மெடிக்கல் செக் அப் வரைக்கும் எல்லாத்துக்கும் ஆஃப்தான். இனி நீங்க எதுவும் பேசாம ஞாயித்துக் கிழம பெண் பார்க்கும் படலத்திற்கு இணையத்தில் இணைய விருப்பமானு மெஸேஜ் தட்டுங்க. அதுகூடவே அந்த 12 வரன்களோட அப்பா நம்பரை இணைச்சு ஒரு வாட்ஸ் அஃப் குரூப் ஸ்டார்ட் பண்ணிடுங்க.”

சிங்காரம் கவலைப்படுவதற்குப் புதிதுபுதிதாகப் பிரச்சனைகள் வரிசைகட்டி வந்து நின்றன.

“அட… இப்படியெல்லாம் நடந்தா நம்ம குடும்ப மானம் கப்பல் ஏறாதா?”

“ஆமா… கப்பல்ல ஏறி நேரா அந்தமான்ல போய் நிக்கும். நீங்க வேற. கொஞ்ச நேரம் சும்மா இருக்கீங்களா! மன்னாதி மன்னரெல்லாம் சுயம்வர நடத்தலியா? அது மாதிரிதான். என் பொண்ணு இந்த வீட்டோட இளவரசி. எந்த ராஜகுமாரனுக்கு ராஜகுமாரி ஆகப் போறாளோ தெரியல. பாக்கலாம்.”

ஞாயிற்றுக்கிழமை காலை 10.15 மணி. ஒரு மணி நேரமாகத் தன்னை கண்ணாடிக்குத் தாரை வார்த்துக்கொடுத்த நிரலி இன்னும் அதிலிருந்து மீளவில்லை. சும்மா சொல்லக்கூடாது. மில்க் சாக்லெட் ஐஸ்கிரீம்போல் அமர்க்களமாய் இருந்தாள் நிரலி. நெட்டிலிருந்து டவுன்லோடு செய்தது போலான கட்டுடல் நேர்த்தி. உடலெங்கும் ஒருவித மினுமினுப்பு. ஐலைனர் வைத்ததும் கண்கள் பேசத்துவங்கியது. இடதுபுற மூக்கின் சிறிய வைரமூக்குத்தி பிரகாசமாய் ஜொலித்தது. மஞ்சள் நிறப் பட்டுப்புடவையில் தேவதை மண்ணில் இறங்கி வந்ததுபோல் இருந்தாள். சிங்காரமும் மீனலோச்சினியும் கூடப் பட்டுடுத்தி பளபளத்தனர்.

சரியாக 10.25க்கு ஆப்பிள் அரிவதுபோல் அத்தனை இலகுவாக ஐபாடுக்குள் பிரவேசித்து அனைவரையும் ‘வருக வருக’ என வரவேற்புரை ஆற்றிக்கொண்டிருந்தார் சிங்காரம்.

பன்னிரெண்டில் மூன்று வரன்கள் இவர்களின் அட்ராசிட்டியை தாங்க முடியாமல் கழற்றிக்கொள்ள மீதமுள்ள 9 பேரும் இணைப்பில் இணைந்ததும் களைகட்டியது சுயம்வரம்.

வீடியோ ஸ்கிரீன் முழுவதையும் ஆக்ரமித்திருந்த சிங்காரம் இப்போது மீனலோச்சினிக்கும் கொஞ்சம் இடம் கொடுத்தார். "வாங்க வாங்க எல்லாரும் சேஃபா இருக்கீங்களா?" என காலத்துக்கேற்றாற் போல நலம் விசாரித்தாள் மீனலோச்சினி. கிரிக்கெட் ஸ்கோர் போல அவரவர் ஊர் நிலவரத்து கொரோனா ஸ்கோர்களைப் பகிர்ந்துகொண்டார்கள். இதில் யார் முன்னே சொல்வது, பின்னே சொல்வது என்ற போட்டி வேறு.

இரு மாப்பிள்ளைகளின் பெற்றோர்கள் மட்டும் சற்றே வெறுப்புடன் ஒப்புக்கு அமர்ந்திருந்தார்கள். துவக்கத்திலிருந்தே கடுகடு சிடுசிடுதான். நிகழ்வில் பிரசண்ட் ஆப்செண்ட் எல்லாம் சரி பார்க்கப்பட்டது. உள்ளேன் ஐயா என இறுதி நிமிடத்தில் வந்து இணைந்தது மற்றொரு மாப்பிள்ளைக் கூட்டம்.

இதில் யாரோ ஒருவருக்கு மட்டுமே நிரலியின் ஆஃபர் கிடைக்கும் பிறருக்கெல்லாம் ஆப்புதான் கிடைக்கும் என தெரிந்திருந்தும் அமைதியாக உட்கார்ந்துகொண்டிருந்தார்கள் மாப்பிள்ளைகள்.

தன் பெண்ணின் இயல்புகள் பற்றி ஒரு ஐந்து நிமிடம் சிறப்புரையாற்றினாள் மீனலோச்சினி. நாம் மாப்பிள்ளைகளா அல்லது மாணவர்களா என சந்தேகம்கொள்ளும் அளவுக்குக் காட்சிகள் மாறிப்போயிருந்தன. “நிரலியின் அரும்பெரும் பண்புகள் யாவை?” என இறுதியில் கேள்வி வருமோ என்னவோ என்னுமளவுக்கு மாப்பிள்ளைகள் கூர்ந்து கவனித்துக்கொண்டிருந்தனர். ஒரு கட்டத்திற்கு மேல் பொறுத்துப்பார்த்த சிங்காரம் “மீனா... பொண்ண கூட்டினு வாம்மா” என உயர்த்திக் குரல் கொடுத்தார்.

மஞ்சள் வண்ண பட்டுப்புடவையில் மங்களமாய் வந்து சோபாவில் அமர்ந்தாள் நிரலி. முகம் விகாரமாய் தெரியாதிருக்க ஏற்கனவே சரிபார்க்கப்பட்ட அதே சீரான இடைவெளியில் வந்தமர்ந்தாள் அவள்.

ஆன்லைன் மூலம் சுயம்வரம் நிகழ்ந்தாலும் கலாச்சாரத்துக்கு முக்கியத்துவம் கொடுத்த பாரம்பரியத் தோற்றத்தில் அம்சமாய் காணக்கிடைத்தாள் நிரலி. பெண் பார்க்கும் வைபவத்தில் வீட்டில் மணப்பெண்களைத் தாண்டி மாப்பிள்ளைகளுக்குப் புதிதாய் ஒரு கூச்சம் ஒட்டிக்கொள்ளும். பெண் அமர்ந்ததும் மாப்பிள்ளை பெண்ணை

பார்க்கிறாரா என அனைவரது பார்வையும் ஒரே நேரத்தில் இவர்கள் மீதும் சரிபாதி நேரம் மொத்தமாகக் குவியும். அந்தத் தர்மசங்கடங்கள் ஏதும் இதில் ஏற்படவில்லை. அதனால் அனைவரும் வைத்த கண் வாங்காது பார்த்துக்கொண்டே.... .. இருந்தார்கள். அனைத்து இணைப்பும் அன்மியூட்டில் இருந்தாலும் முழு ஊரடங்கு நேரத்து அண்ணாசாலைப் போல ஆழ்ந்த அமைதியிலேயே இருந்தது.

"நிரலி... நீயும் மாப்பிள்ளைங்களப் பாத்துக்கோம்மா" என மீனா சொன்னதும்தான் நிரலி சற்றே கலவரமாகிப் போனாள். "ஐயோ... தட்டாமாலை போல கண்முன் சுழலும் இந்த ஒன்பது வரன்களில் யாரை முதலில் பார்த்துத் தொலைப்பது?" உள்ளுக்குள் ஒரு நெருப்புப்பொறி பறக்கத் தொடங்கியது.

மகளின் திணறலைப் புரிந்துகொண்ட சிங்காரம் உடனடியாக செயல்புரியத் தொடங்கினார். "நான் ஒவ்வொருத்தரையா அறிமுகப்படுத்தறப்போ மாப்பிள்ளைங்க ஒரு கும்பிடு போட்டோ இல்ல ஹாய்னு கையாட்டியோ பதிவு செஞ்சீங்கன்னா, என் பொண்ணு உங்களப் பாக்குறதுக்கு கொஞ்சம் ஏதுவா இருக்கும்! என்ன சொல்றீங்க மாப்பிள்ளைஸ்?"

சின்ன வெட்கத்துடன் 'டன் மாமா...' என்று கோரஸாக தலையசைத்தார்கள் மாப்பிள்ளைகள். ஆண்களின் வெட்கம் ஆன்லைனில்கூட அழகாகத்தான் இருந்தது. சிங்காரம் ஒவ்வொரு வரனாகப் பெயரைச் சொல்லி அறிமுகப்படுத்த அநியாயப் பவ்யத்துடன் ஒவ்வொருவரும் உள்ளேன் ஐயா வாசித்தார்கள். வகுப்பறையில் கூட யாரும் இத்தனை நேர்த்தியாக அமர்ந்திருந்திருக்க மாட்டார்கள் என்றே தோன்றியது. நிரலி ஒவ்வொருவருக்கும் தனித்தனியாக இருகரம் கூப்பி வணக்கம் வைத்தாள்.

உள்ளே வருவதும் வெளியே போவதுமாக கான்பிரன்ஸில் மங்காத்தா விளையாடிக்கொண்டிருந்த நவீனுடன் நிரலியின் அறிமுகப் படலம் ஒருவழியாக நிறைவுற்றது.

இனி கேள்விக் கணைகளுக்குப் பதில் சொல்லும் நேரம். இப்போதுதான் நிரலிக்கு நெற்றியில் வியர்வைப் பூக்கள் பூக்க ஆரம்பித்திருந்தன. மாப்பிள்ளையின் பெற்றோர்கள் தாமதமின்றி திரையை ஆக்ரமித்துக்கொண்டார்கள்.

கொலு பொம்மைகள்போல் தம் பிள்ளைகளை இப்படி கணினித்திரையின் முன் அமரவைத்த காட்சியைக் கண்ட அயர்வோ

தளர்வோ... ஒவ்வொருவரின் கேள்வியிலும் அனல் தெறித்தது. எத்தகையத் தனலுக்கும் சட்டு சட்டென்று பதவிசாகப் பதிலளித்தாள் நிரலி. சும்மாவா... எல்லாம் மீனலோச்சினியின் பயிற்சி ஆயிற்றே! நிமிடத்துக்கு ஒருதரம் ஏகப்பட்ட எமோஜிகள் எகறியிருந்தது மாப்பிள்ளை களிடமிருந்து.

ஒருவழியாக சுபம் போட்டு முடித்து இணையத்திலிருந்து வெளியே மீள 11.30 மணி ஆகிவிட்டது. "ஐயோ... கண்ண கட்டுச்சுடா சாமி" என்று எப்போதும் இல்லாத ஒருவிதப் புது உணர்வில் வாயடைத்துப் போனாள் நிரலி. எப்படியோ நாட்டுக்கு நல்லபடியாக ஏதோ நடந்து முடிந்தது என்ற திருப்தியில் சோபாவில் பொத்தென சாய்ந்தார் சிங்காரம். மீனலோச்சினியின் முகத்தில் ஒரு பெருமிதப் புன்னகை தவழ்ந்துகொண்டிருந்தது.

நீங்கள் எதிர்பார்ப்பதுபோல அடுத்த மாதத்தில் நிரலியின் கல்யாண ஏற்பாடெல்லாம் தடபுடலாக நடைபெறவில்லை. கொரோனா காலத்தில் பெண் பார்க்கும் நவீன சுயம்வரத்தை இணையத்தில் நிகழ்த்திக் காட்டிய அற்புத மங்கை என்று மாதர்குலமே அவளுக்கு விழா எடுத்துக்கொண்டிருந்தது. தற்போது இதனால் அவளின் திருமணப் பத்திரிகை அச்சடிப்பதில் கால தாமதமானாலும் ஒவ்வொரு பத்திரிகைக்கும் ஆன்லைனில் போதும்போதும் என்ற அளவில் பேட்டி கொடுத்துக்கொண்டே... இருந்தாள் நிரலி.

06
மனதில் ஆயிரமாயிரம் நதிகள்

'ஆச்சாரமான இல்லத்து அடுப்படியில் பணி செய்ய ஆள் தேவை' என்று பிரபலமான நாளிதழ் ஒன்றில் விளம்பரப்படுத்தியிருந்தார் நரசிம்மன்.

"எதுக்கு இப்படி தலய வளச்சி மூக்கு தொடுறாப் போலான வார்த்தை விவரிப்பு? அதுவும் பத்திரிகையில…. சமையல் வேலைக்கு ஆள் தேவைனு போட்டிருந்தா சுலபமா புரிஞ்சிருக்குமே! அடுப்படியில பணினதும் என்ன பணியோ ஏது பணியோனு ரொம்ப யோசிக்கப் போறாங்க. தேவையா இது" என்று தன் அங்கலாய்ப்பை புத்தகம் புரட்டிக்கொண்டிருந்த நரசிம்மனிடம் கொட்டித் தீர்த்தாள் லட்சுமி.

"பின்ன…வக்கீல் வீடுனு நம்ம முத்திரை அந்த விளம்பரத்துல தெரிய வேணாமா?" வலது பக்க உதடு மெல்ல பின்வாங்கியபடியே சொன்னார் நரசிம்மன்.

அவரது பதிலைக் கேட்டு சற்றே வதைந்தாலும் பதிலுக்குப் பதில் உரைப்பதில் குறை வைக்கவில்லை லட்சுமியம்மா. அவள் எப்போதும் அப்படித்தான். தன் எண்ணத்தைச் சக மனிதர்களிடம் கடத்திவிட வேண்டும் என்ற பெருந்துடிப்புக்கொண்டவள்.

"ம்கும்… இதுக்கு ஒன்னும் குறைச்சலில்ல. அந்த நர்மதா பொண்ணு கல்யாணமாகிப் போயி முழுசா 3 மாசம் முடிஞ்சிருச்சு. அவ போறதுக்கு ரெண்டு மாசம் முன்னாடியே வேற ஆள பாத்துக்கங்கம்மானு சொல்லிட்டா. கிட்டத்தட்ட 5 மாசமா ஆள் தேடிட்டிருக்கோம். நீங்க இப்படியே ஏக்கு மாக்கா வார்த்தை ஜாலம் காட்டி வர்றவங்கள எல்லாம் வழியனுப்பிட்டே இருங்க".

"அட… நான் என்னடி செஞ்சேன்?"

"பின்ன… இசைஞ்சு வர்றவங்ககிட்ட குலம் என்ன, கோத்திரம் என்னனு ரொம்ப அதீதமாக் கேள்விக்கேட்டுக் கொடைஞ்சா… யாரு

வருவா? உள்ளே உழன்ற ஆதங்கத்தில் கொஞ்சம் குரலை உயர்த்தியே பேசினாள் லட்சுமி இம்முறை.

“அதுக்கு என்ன பண்றது? யாரு என்னனு தெரியாம ஒருத்தற வீட்டுக்கு வேலையாளா வெச்சிக்க முடியுமா? அதுவும் பத்து தேய்க்கவோ சலவை செய்யவோ இல்ல... நமக்குச் சாப்பாடு செஞ்சி போட. உன்னையும் என்னையும் உக்காத்தி வெச்சிப் பலகாரம் சுட்டுப் போட. தெய்வாம்சம் பொருந்திய அடுப்படிய சுத்த பத்தமாப் பராமரிக்க வேணாமா? அதது காக்கிரி போக்கிரினு கலைஞ்சு போயிருந்தா எனக்குச் சுத்தமாப் புடிக்காது. இதோ இப்ப பேப்பர்லயே விளம்பரம் கொடுத்தாச்சு. யாராவது நல்ல ஆள் தகையறாளானு பாப்போம்”.

லட்சுமியிடம் இப்படிச் சொல்லிவிட்டாரேயன்றி இவருக்குள்ளும் ஒரு அசூயை குடிகொண்டுவிட்டது. எப்பொழுதுதான் நல்லபடியாக ஒரு பெண் சோறு பொங்கிப் போட அமைவாள் என்ற நீள்யோசனை அவருள்ளும் வேரூன்றிவிட்டது. லட்சுமியின் கைபக்குவத்துக்கு முன், வருபவர்கள் எல்லாம் தூசிதான். இருப்பினும் நான்கு வருடங்களுக்கு முன் அவளின் வலது கை, கால் செயலிழப்புக்குப் பின் சமையலுக்கு ஆள் வைத்துக்கொண்டே ஆகவேண்டிய கட்டாயம். இப்போது மெல்ல அவள் தேறிவிட்டாலும் மீண்டும் அவள் அடுப்படியிலேயே உழன்றுக்கொண்டிருக்க வேண்டிய கட்டாயம் என்ன? அதிலும் மனதளவில் அவளும் அந்த பணிகளிலிருந்து தன்னைவிடுவித்துக் கொண்டுவிட்டாள். அதனால் இனியும் அவளைத் தொந்தரவுப்படுத்த வேண்டாம் என்றே தீவிரத் தேடுதலில் இறங்கினார் நரசிம்மன்.

அவர் விளம்பரப்படுத்தியது வீணாகிவிடவில்லை. அன்றிலிருந்து இரண்டு தினங்களுக்கு நேரிலும் தொலைபேசியிலும் எண்ணற்ற விசாரிப்புகள், அழைப்புகள். இருபது நபர்களுக்கு மேல் பார்த்தாயிற்று. ஒருவர்கூட அவர் மனசுக்கு ஒத்துவரவில்லை. புடவையை அள்ளி வாரிச் சுருட்டிக்கொண்டு வந்த அம்மாளைப் பார்த்து இவங்களுக்கு புடவையவே ஒழுங்காக் கட்டத் தெரியல. இவங்க எங்க எல்லாத்தியும் பதமா பதவிசா பக்குவமா போட்டு கலந்து சமையல் செய்வாங்க? என நிராகரித்தார். 14 வயது பெண் குழந்தை ஒன்று வந்திருந்தது. நீயெல்லாம் பள்ளிக்கூடம் போகாம இங்க எங்க வந்தே! போ... போய் படி என விரட்டியடித்தார். 60 வயது தாண்டிய வயதில் மூன்று பெண்கள் வந்தனர். அதில் இருவருக்கு ஏற்கனவே கைகள் நடுங்கிய வண்ணம் இருந்தது. அவர்கள் அலுப்புடன் சலிப்புக் கலந்து சமையல் செய்வதாக அவர் மனதுக்குள் ஒரு கற்பனை விரிந்தது. பின் அவர்களும்

நிராகரிக்கப்பட்டனர். இன்னும் நாலு பெண்மணிகள் வந்ததிலிருந்து வாய் ஓயாமல் பேசிய வண்ணம் இருந்தார்கள். நரசிம்மருக்கு எப்பொழுதும் கேட்ட கேள்விக்கு வெட்டு ஒன்னு, துண்டு ரெண்டு என தேவையான சரியான பதில் வரவேண்டும். இரண்டு அல்லது மூன்று வார்த்தைகளில் கிட்டத்தட்ட மணிரத்னம் பட வசனம்போல பதில் சொன்னால்போதும். சமயத்தில் 'ஆம், இல்லை" என ஒற்றை வார்த்தை பதிலில் கூட நிறுத்திக்கொள்வாள் லட்சுமி, அவரின் குணம் தெரிந்து. தொலைக்காட்சி பார்க்கும் சில நேரங்களில் அதுவும்கூட தலையாட்டுதல், சைகை மொழி என முடிந்துபோவதும் உண்டு.

இப்படிப்பட்டவருக்குப் பக்கம் பக்கமாக ஒப்புவிக்கும் வசன உச்சரிப்புகள் எரிச்சலையே தந்தன. பத்து நிமிடங்களே தாங்க முடியாதவருக்குப் பொழுதன்னிக்கும் இப்படி இருந்தால் எவ்வாறு தோதுபடும்? அவர்கள் அனைவரையும் ஒரு புன்னகையுடன் வரவேற்று ஏற்றுக்கொள்ள முடியாததாகவே போய்விட்டது. அவர்களும் சென்றுவிட லட்சுமி ஒருவித வெறுப்புடன், "இந்தச் ஜென்மத்துல ஆள் கிடைக்கர்து கஷ்டம். பகவானே!" என்று அவருக்கு மட்டும் கேட்கும் விதமாகச் சொல்லிவிட்டுக் கூடத்தைவிட்டு அறைக்குள் சென்றாள்.

வந்திருந்தவர்களில் யாரை மறுபரிசீலனை செய்யலாம் என்ற பலமான யோசனையில் அவர் ஆழ்ந்திருக்க... வெளியே கதவருகில் காலடி ஓசை. வரச்சொல்லிப் பார்த்ததில் வேட்டி கட்டிய மனிதர் ஒருவர் பாந்தமாக முன் நின்றார்.

"கேஸ் விஷயமா வந்தீங்களா? முன்வாசல் அறையில ஒக்காருங்க" என்றார்.

"இல்லை சார். விளம்பரம் பார்த்தேன். சமையல் வேலைக்குக் கேக்க வந்தேன்" பவ்யமாகச் சொன்னார் வந்தவர்.

நெற்றி சுருங்கியது நரசிம்மருக்கு. "சமையல் வேலைக்கா? நீங்களா? தெரியுமா உங்களுக்கு?"

ஒரு சின்னப் புன்னகையை முகத்தில் தவழவிட்ட வேட்டி நபர், "தெரியுங்கறதால தான சார் வந்திருக்கேன்."

"கல்யாண வீட்டுல வேல பாத்த அனுபவமோ? ரெண்டு பேர் இருக்குற வீட்டுக்கு சிக்கனமா செய்ய வருமா?"

உங்களுக்கு எப்படி விருப்பமோ... அந்த பக்குவத்துல செஞ்சு கொடுப்பேன் சார்" என்றதும் மனது 'பச்சக்' என அவர் வசம்

ஒட்டிக்கொண்டது நரசிம்மருக்கு. இப்போது இன்னும் தீவிரமாக அவரை கூர்ந்தாய்வு செய்தார் வக்கீல்.

கூடிய விரைவில் வழுக்கை விழலாம் என்ற அளவில் தலை. நெற்றியில் ஒரு விரலால் நீளமாக இடப்பட்ட விபூதிக்கீற்று. அரைக்கைச் சட்டை. கனமில்லாத ஜோபி. அதில் ஒரு சின்ன பழைய பட்டன் பேசி மட்டும் இருந்தது. சுத்தமாக வெட்டப்பட்ட நகங்கள். இடதுகையில் கட்டை விரலோடு ஒட்டிக்கொண்டிருந்தது ஆறாவது விரல்.

பின்னர் மெதுவாக ஒவ்வொரு கேள்வியிலும் கொக்கிப் போட்டு இழுக்க இழுக்க அருமையான பதில்களைச் சொல்லி மனதளவில் இன்னும் இன்னும் அவருக்கு நெருக்கமாகிப் போனார்.

குரல் கேட்டு வெளியே வந்த லட்சுமி இவரை எப்படி சமையல் செய்யவிடுவது? அடுப்படியில் நான் போய் வர இருக்க வேண்டுமே! பிறிதொரு ஆண் இருப்பது எப்போதும் தர்மசங்கடமாகிவிடக்கூடும்! இவர் வேண்டாமே என்பதுபோல் பார்வையாலேயே தன் கருத்தை பதிவிட்டாள்.

"நர்மதா இருக்கும்போது நானும் இந்த வீட்டில் தானே இருந்தேன். நீ ஏன் எதற்கெல்லாமோ முடிச்சுப் போடுகிறாய். மனதுக்கு நிறைவாய் தெரிகிறார். வைத்துக்கொள்வோம். சரிபட்டால் தொடரட்டும். இல்லையென்றால் போகச் சொல்லிவிடலாம்" என்றார். லட்சுமியும் தேடி களைத்த நிலையில் சம்மதம் தெரிவித்துவிட்டாள்.

அன்றிலிருந்து அடுக்களை அமர்க்களப்பட்டது. ராஜாராம் வந்த நேரம் வெளிநாட்டிலிருந்து பிள்ளைகளும் பேரக்குழந்தைகளும் விடுமுறைக்கு வர, சலிக்காது விதவிதமான பலகாரங்களையும் சேர்த்து அசத்தினார். சாம்பார், குழம்பு, பொரியல், கூட்டு, ரசம், அவியல், வறுவல் என அத்தனையிலும் ஒரு தனி ருசி.

லட்சுமி சமையலறை பக்கமே ஒதுங்குவதில்லை. மளிகை சாமான்களின் தேவைகளைச் சொல்லி வாங்கி வந்து அடுக்கி வைப்பது வரை அத்தனையும் ராஜாராமே நேர்த்தியாகக் கையாண்டார். இரவு நரசிம்மன் வர காலதாமதமானாலும் இருந்து அவருக்கான மூன்று சப்பாத்திகளைச் சுட்டுக்கொடுத்த பிறகே நகர்வார்.

இதில் வேடிக்கை என்னவெனில் சமையல் வேலையில் மட்டும் ராஜாராம் நரசிம்மரைக் கவரவில்லை. தன்னை வழக்கு ரீதியாக பார்க்க வரும் அத்தனை நபர்களையும் அருமையாக வரவேற்று அமர

வைப்பார். கிடைக்கும் வரவேற்பிலேயே குளிர்ந்து போவார்கள் அவர்கள். மாலை நேரங்களில் வரும் இரண்டு ஜூனியர்களுக்கு இவரால் பல வேலைகள் மிச்சம்.

யார் யாருக்கு என்ன பிரச்சனை என்பது வரை ராஜாராமுக்கு அத்துப்படி.. நரசிம்மருக்கு காப்பி ஆற்றிக் கொடுத்தபடியே அவர்கள் சொல்வதற்கும் செவி சாய்த்திருப்பார். பின் அவர்கள் சென்றது முதல் "ஐயா... இந்த விஷயம் இப்படி இருந்திருக்கலாமில்ல, அதையும் சேர்த்து விசாரிங்க" என்று இவருக்கே சமயத்தில் ஆலோசனை சொல்வார்.

அவரது புத்திக் கூர்மையைக் கவனித்த நரசிம்மர் "ராஜாராம்... சும்மா தானே இருக்க, இப்படி வா... இங்க வந்து உக்காரு" என்று வம்படியாக ஜூனியர்களுடன் அறைக்குள் அமர வைத்துவிடுவார். ஏனெனில் ராஜாராம் சொல்லும் யோசனைகள் வித்தியாசமாக வேறுகோணத்தில் இருக்கும். எதிர்பாராத வேறு ஒரு நிலையிலிருந்து யோசித்திருப்பார். அந்த வழியாகச் சென்று அதன் வேர் பிடித்துப் பிரச்சனைகளை எல்லாம் அலசி ஆராயும்போது முடிவு சுலபமாக கைக்கு எட்டிவிடும். அவருடைய சமயோஜித புத்தி இவருக்கு ரொம்பப் பிடிக்கும்.

"ராஜாராம்... நீ மட்டும் படிச்சிருந்த... வாழ்க்கையில எங்கயோ போயிருப்ப" என்பார்.

ராஜாராம் உடனே சிந்தனையில் ஆழ்ந்துவிடுவார். சில நேரங்களில் அவரை இயல்புக்குக் கொண்டுவர ரொம்பவே மெனக்கெடுவார் நரசிம்மன்.

ராஜாராமுக்கென தனியறையை பின்கட்டிலேயே ஒதுக்கிக் கொடுத்திருந்தபடியால் நரசிம்மன் தூங்கப்போவது வரை அவரும் உடனிருப்பார். வழக்கு குறித்து சில வேளைகளில் இரவு நேரங்களில் குறிப்பெடுக்க வேண்டியிருக்கும். அப்போதெல்லாம் ராஜாராமும் டீ போட்டுக் கொடுத்துப் பேச்சுத்துணைக்கு உடனிருப்பார்.

ஒரு ஆணை சமையல் வேலைக்கு வைத்துக்கொள்வது உகந்ததா இல்லையா என்ற பெருங்குழப்பத்திற்குப் பின்பே ராஜாராமை வேலைக்கு அமர்த்தினார். ஆனால் அது இப்பொழுது எத்தனை உபயோகமாகப் போயிருக்கிறது. இதே பெண்ணாக இருந்திருந்தால் லட்சுமியுடன் மட்டுமே அந்தப் பணிப்பெண்ணின் பரிவர்த்தனைகள் அத்தனையும் அடங்கிப்போயிருக்கும். ஒரு ஆணாக இருந்தபடியால் வீட்டில் எப்போதும் ஒரு நண்பருடன் இருப்பது போன்ற சௌகர்யம்.

அதிலும் கூப்பிடக் கொள்ள லாவகமாக தன் வயதைவிடப் பத்து வயது குறைந்த, ஐம்பது வயதைக் கடந்து பொறுப்பு கூடிய ஒரு நிலையில் ராஜாராம் கிடைத்தது தம் குடும்பத்துக்குக் கிடைக்கப்பெற்ற நல்ல பாக்கியம் என்றே கருதினார் நரசிம்மன்.

இரண்டு வருடங்கள் போனது தெரியவில்லை. போகப் போக வழக்குக்காக வந்த சில பஞ்சாயத்துக்களை ராஜாராமே முடித்து வைத்த சம்பவங்களும் நடந்தன. விவாகரத்துக்காக தன்னிடம் வந்த இரு வழக்குகளில் கணவன் மனைவி இருவரையும் அழைத்து சுமூகமாகப் பேசி முடித்துச் சேர்த்து வைத்த பெருமையும் ராஜாராமுக்கு கூடியது. இதனால் அவரின் ஜூனியர்களுடன் சின்ன பிணக்குக்கூட வந்து நீங்கியது. அந்த நேரங்களில் லட்சுமியும் உடனிருந்தாள். பின் அவற்றை நரசிம்மனிடம் இப்படி விவரித்தாள்.

ராஜாராமுக்கு நிறைய விஷய ஞானம் தெரிஞ்சிருக்கு. குடும்பத்துல எப்படி விட்டுக்கொடுத்துப் பிரச்சனைகளை சமாளிக்கலாம்னு அழகா எடுத்துச்சொன்னார். பிரிஞ்சிருந்ததுங்களும் எப்படியோ அதையெல்லாம் கேட்டுக்குச்சிங்க. நமக்கும் ரெண்டு குடும்பத்த சேத்து வெச்ச புண்ணியம் அவரால. ஆனா பாவம்! அவருக்குத்தான் பொண்டாட்டி சின்ன வயசுலயே தவறிப் போயிட்டிருக்கு. பாவம்! சொல்லிவிட்டுப் பலமாக ‘உச்’ கொட்டினாள் லட்சுமி.

சற்றே உடல்நலம் குன்றிப்போயிருந்த ஒரு அதிகாலை நேரத்தில், தனக்கு இறப்பு நேரிட்டால் தன் இரு பிள்ளைகளும் வெளி நாட்டிலிருந்து வருவதற்குள் அத்தனை ஈமக்காரியங்களையும் நீதான் கவனிக்கவேண்டும் என ராஜாராமிடம் ஒரு கட்டத்தில் உடைந்துபோய் சொன்னார் நரசிம்மன். ராஜாராமுக்கும் தனக்கும் ஏதோ பூர்வஜென்ம தொடர்பு இருக்க வேண்டும் எனப் பலமாக நம்பத் தொடங்கினார் நரசிம்மன்.

மழைத் தூறல் பிசுபிசுத்த ஒரு புதன்கிழமை மாலை வேளையில் ஆட்டோவில் வந்திறங்கினர் அந்த இரு பெண்கள். பார்க்க தாயும் மகளுமாக தெரிந்தனர்.

“வக்கீல் சாரைப் பாக்கணும்”

ராஜாராம் உள்ளே ஏதோ வேலையாக இருக்க, லட்சுமி அவர்களிடத்தில் அறையைக் காண்பித்து உள்ளே அமரச் செய்தாள். அவர்கள் இருவரின் முகத்திலும் துளியும் பொலிவு இல்லை. இருண்ட வீட்டுக்குள் வசிப்பவர்கள்போல் முகம் களையிழந்து இருந்தது.

கைகளில் வெளுத்துப்போன கவரிங் வளையல்கள். தாலியை மட்டுமே சுமந்திருந்த கழுத்து. முதியவள் அப்படியே தலைமுடியை அள்ளிக்கொண்டை போட்டிருந்தாள். இளவயதாளுக்கு நல்ல நீண்ட கூந்தல்.

இருவரும் அறையில் கிடந்த பானையிலிருந்து தண்ணீர் பிடித்து பருகினர். இவர்கள் அதிர்ஷ்டம் அன்று பார்த்து ஒருவரும் இல்லை. வழக்கமாக 'ஜே ஜே' வென கூட்டம் இருக்கும் நேரம்.

நரசிம்மன் உள்ளே சென்றதுதான் தாமதம், இருவரும் தங்களை அறிமுகப்படுத்திக்கொண்டு தங்கள் கதையை ஒப்புவித்துக்கொண்டிருந்தனர். வாழ்க்கையே வழக்காகிப்போன விசித்திரத்தை வார்த்தைகளால் விவரித்துக்கொண்டிருந்தனர். ஒலித்துக்கொண்டிருந்த லலிதா சகஸ்ர நாமத்தைத் தாண்டி அந்த முதியவளின் விசும்பல் உள்ளே கேட்டது. என்ன பிரச்சனையாக இருக்கும் என ராஜாராமுக்கு உள்ளே ஆர்வம் உந்தித்தள்ளியது. அன்றைக்குப் பார்த்து அவருக்கு அத்தனை வேலைகள். எப்பொழுதும் வீட்டுக்கு வந்து சுட்டித்தனம் செய்யும் எதிர்வீட்டு வாண்டின் பிறந்த நாளுக்காக பால் கொழுக்கட்டை தயாரிப்பில் மும்முரமாக ஈடுபட்டிருந்தார். ஆனாலும் அந்த அறைக்குச் செல்லவேண்டும் என்ற ஏதோ ஒரு ஈர்ப்பு உள்ளுக்குள் சுழற்றியடித்தபடியே இருந்தது.

கிட்டத்தட்ட ஒரு மணி நேரம் ஆகியிருக்கும், பெரிய சொத்து பிரச்சனை போல. பத்திரம், கையெழுத்து என அவ்வப்போது காதினுள் விழுந்து வைத்தது. நரசிம்மன் அவர்கள் இருவருக்கும் காப்பி எடுத்துவர அடுப்படியில் இருக்கும் ராஜாராமுக்கு கேட்கும்விதமாக பெருங்குரலில் சத்தமிட்டார். குட்டிப்போட்ட பூனைகள்போல் கூடவே சுற்றிக்கொண்டிருக்கும் ஜூனியர் பிள்ளைகளுக்குத் தவிர்த்து, வழக்குக்காக வருபவர்களுக்கு தண்ணீரைத் தவிர வேறு எதையும் குடிக்கக் கொடுக்க வக்கீல் என்றும் பணித்தது இல்லை. அது இல்லாது இப்படி நடக்குமானால் அது வருஷத்துக்கு ஒரு தரம் என்பதாக மட்டுமே இருக்கும். ஒன்று மிகவும் வேண்டப்பட்டவர்களுக்குத்தான் காப்பி கிடைக்கும் அல்லது நொந்து நூலாய் போனவர்களுக்கு என ஏற்கனவே ராஜாராம் யூகித்திருந்தார்.

நல்ல பில்டர் காப்பியை மூன்று டம்ளர்களில் ஊற்றிக்கொண்டு போனார் ராஜாராம். மணம் அறையை நிறைத்தது. முதலில் நரசிம்மருக்கு கொடுத்துவிட்டு இரு பெண்கள் பக்கம் தட்டை நீட்டினார். அந்த முதியவளைக் கண்டதும் இவரின் கைகள் நடுக்கத்துக்கு உள்ளானது.

அந்த முதியவளும் ராஜாராமை வெறித்து வெறித்துப் பார்த்தாள். ஏதோ ஒரு பதற்றம் உந்தித்தள்ள குபீரென பூத்த வியர்வையுடன் ராஜாராம் வெளியே அகன்றார். முதியவள் கை கால் அசைக்காது பிரக்ஞை இன்றி அமர்ந்திருந்தாள். பின் சுதாரித்து தன் மகளிடம் குசுகுசுவென எதையோ காதினுள் போட்டாள். அதைக் கேட்டதும் இளையவள் வாய் மீது இரு கைகளையும்கொண்டுச் சென்று நிறுத்தி கண்கள் விரித்து ஆச்சர்யம் காட்டினாள். அவர்கள் எதிரில் வைத்த காப்பி வைத்தபடி இருந்தது.

நரசிம்மனுக்கு நடப்பதை சரியாக யூகிக்க முடியவில்லை. இவர்கள் யார்? எதற்காக ராஜாராமைப் பார்த்ததும் இப்படி ஆச்சர்யப்பட்டார்கள். ராஜாராம் ஏன் இவர்களைப் பார்த்து அடித்தோம் பிடித்தோம் என ஓட வேண்டும்!. அனைவருக்குள்ளும் குழப்ப ரேகைகள்.

அந்த முதியவள் சுயநினைவுக்கு வந்து கட்டிப்போன தன் குரலில் மெல்ல வக்கீலிடம் ,"அ...ஐயா... யார் இவரு?" இங்க என்ன பண்றாரு?" என்றாள்.

"அவரா... என் வீட்டுல சமையல் வேலை செய்யறாரு. ஏன்? உங்களுக்கு அவர தெரியுமா?"

"ம்...அவர் பேரு?"

"ராஜாராம். சொல்லுங்க... அவர உங்களுக்குத் தெரியுமா?"

"அது வந்து... இல்லைங்கைய்யா, எங்களுக்குத் தெரிஞ்ச நபர் ஒருத்தரு. பேரு வளையாபதி. அவரை மாதிரியே தெரிஞ்சது. அதான் கேட்டேன். ஆனா நீங்க அவர் பேரு ராஜாராம்னு சொல்றீங்களே. அப்ப இவர் அவர் இல்ல."

"ஓ...அப்படியா சேதி. சரி சரி, காப்பி எடுத்துக்கோங்க!"

இளவயதாள் தன் தாயைக் குழப்பத்துடன் பார்க்க இருவரும் காப்பி பருகியதும் வெளியேறிப் போனார்கள்.

அந்த நிமிடத்திலிருந்து ராஜாராம் வீட்டிற்குள் இயல்பாக இல்லை என்பதை எடை போட்டுவிட்டார் நரசிம்மன். இது அவரின் மூளைக்குள் எங்கோ இடித்தது. அடுத்த ஒரு வாரத்தில் வீட்டுக்கு முன்கட்டில் உள்ள வக்கீல் அறை பக்கமே அவர் ஒதுங்கவில்லை. சமையல் கட்டுண்டு தன் அறையுண்டு என முடங்கிப் போனார் ராஜாராம். அவரின் இந்த மாற்றம் நரசிம்மரை இருப்புக்கொள்ளவிடவில்லை.

தொடர்ந்து வந்த ஞாயிற்றுக்கிழமை அதிகாலையிலேயே எழுந்து பூஜை புனஸ்காரங்கள் முடித்துத் தொலைக்காட்சியில் ஒரு கண்ணும்

யாருடைய வரவையோ எதிர்பார்த்து வாசல்நோக்கி மற்றொரு கண்ணையும் வைத்துக் காத்திருந்தார்.

புதன் அன்று பேசிப்போன அந்த இரு பெண்களும் ஆட்டோவில் வந்து இறங்கினார்கள். வெளியே பெரிய இரும்புக் கதவுத் திறக்கப்படும் ஓசை கேட்டது. பூரிக்கு மாவு பிசைந்துகொண்டிருந்த ராஜாராம் சமையலறை ஜன்னலிலிருந்து வெளி வாசலை எட்டிப் பார்த்தார். அங்கே தேவகியும் மதிவதனியும் வந்துகொண்டிருந்தனர். நாலு அடி எடுத்து வைத்த லட்சுமியும் "இவங்க... அன்னைக்கு நம்ம வீட்டுக்கு வந்து போனாங்களே., அந்த பொம்மனாட்டிங்க தான? இன்னிக்கு வரச்சொல்லி இருந்தீங்களா? என கணவரைப் பார்த்தபடி இழுத்தார்.

"ஆமாம்... அவங்களுக்குச் சொந்தமான ஒரு பொருள் நம்ம வீட்டுல இருக்கு. அதகொண்டு போக வந்திருக்காங்க".

வக்கீல் ஐயா அனைத்து விஷயங்களும் அறிந்து வைத்துப் பேசுகிறார் என ராஜாராமுக்கு விளங்கிவிட்டது. கைகளைக் கழுவிக்கொண்டு கூடத்துக்குப் பெயர்ந்தார். லட்சுமி விளங்காமல் விழித்தாள். அனைவரும் கூடத்தின் நான்கு மூலைகளில் நின்றுக்கொண்டிருந்தனர். நரசிம்மன் மட்டும் தெற்கு மூலையில் கிடந்த சோபாவில் அமர்ந்திருந்தார். ராஜாராமைப் பார்த்தார்.

"ராஜாராம்... இவங்க உன் குடும்பம். நீ இல்லாது அவங்க பட்ட துன்பம் கொஞ்சம் நஞ்சமில்ல. நீ விட்டுட்டுப் போனதால உன்னோட மூத்த குடும்ப உறுப்பினர்கள் அவங்களுக்குச் சேரவேண்டிய நியாயமான சொத்தைப் பிரிச்சிக் கொடுக்க முன்வரல. ஏமாத்திட்டாங்க. இந்த ரெண்டு பெண்களும் இப்ப நிராதரவா நிக்குறாங்க. அவங்களுக்கு உன்னோட பதில் என்ன?" மிக இயல்பாகக் கேட்டார் வக்கீல்

சின்ன மௌனத்திற்குப் பிறகு பேசத்தொடங்கினார் ராஜாராம். "நானும் தேவகியும் காதலிச்சிதான் கல்யாணம் பண்ணிக்கிட்டோம். ஒரு அஞ்சு வருஷம் எல்லாம் சுமூகமாத்தான் போச்சு. அப்ப எல்லாம் எனக்கு ரொம்பப் பிடிவாதம் ஜாஸ்தி. நான் பிடிச்ச முயலுக்கு மூனே காலுன்னு வீராப்பா திரிவேன். குடும்பத்துக்குள்ளயும் அந்த மாதிரியே எக்கி உருண்டதுல எனக்கும் தேவகிக்கும் கருத்து வேறுபாடு ஏற்பட்டுப் போச்சு. இப்ப இவ்வளவு பக்குவமா வேல செய்யுறேன்னு சொல்றீங்களே... ஆனா அப்ப இந்த மாதிரி சின்னச் சின்ன உதவிகள் பொண்டாட்டி புள்ளைகளுக்கு செய்யாம சலம்பிட்டு திரிஞ்சேன்.

காதல் திருமணம் செஞ்சதால குடும்பமும் ஆதரவு தரல, வீட்டுலயும் என் பிடிவாதத்தால நிம்மதி இல்ல. அதான் நண்பர்களோட வீட்ல சொல்லாமக்கொள்ளாம மும்பைக்கு வேலைக்குக் கிளம்பிட்டேன். ஒரு வருஷத்துல திரும்பி வரணும்னுதான் இருந்தேன். எதிர்பாராத சூழ் நிலையில் 3 வருஷம் ஜெயிலுக்குப் போக வேண்டியதாப் போச்சு. அப்புறம் ஊருக்கு வந்து இவங்களத் தேடிப்பார்த்தேன். ஊருல எங்கயும் காணல. சுத்தி இருந்த யாருக்கும் இவங்களோட விவரம் தெரியல.

ஓடிப் போனவன் ஓடிப் போனவனாவே காலத்துக்கும் அமைஞ்சு போச்சேனு கஷ்டப்பட்டேன். அப்புறம் பல இடங்கள்ல வேலை பார்த்து இதோ கடைசியா உங்க வீட்ல இப்ப இருக்கேன். விட்டுக்கொடுத்தல் இல்லாது போனதாலதான் என் வாழ்க்கை இப்படி திசைமாறிப் போச்சு. இவங்கள அன்னைக்குப் பாத்தபோதே உண்மையச் சொல்லி அரவணைச்சுக்கணும்னுதான் பாத்தேன். ஆனா உங்ககிட்ட பொண்டாட்டி குடும்பம்னு எதுவும் இல்லனு பொய் சொன்னது உருத்துச்சு. அதுவும் இல்லாம இவ்வளவு வருஷத்துக்கு அப்புறம் இப்படியே இருந்திடலாம்னும் பேசாம இருந்திட்டேன்.

லட்சுமி வலது தாடையில் வலது கையை இருத்தி ஆச்சர்யமாக கேட்டுக்கொண்டிருந்தாள். தேவகியும் மதிவதனியும் குலுங்கி குலுங்கி அழுதுகொண்டிருந்தார்கள். ராஜாராமின் கண்களிலும் ஈரப்பசை.

“ஐயா... நான் ஒண்டிக்கட்ட தானனு எதையும் சேத்துக்கூட வெக்கல. எந்த சொத்து சுகமும் எங்கிட்ட இல்ல. என்னால பெருசா எந்த ஒரு உதவியும் செய்யக்கூட முடியாது.”

“ராஜாராம் ஒரு மனுஷனுக்கு உண்மையான சொத்து எது தெரியுமா? காசு பணமோ, மூளையோ, மூளைக்குள்ள சேத்து வெச்சிருக்குற அறிவோ இல்ல... மனசு முழுக்க வெச்சிருக்க அன்பு, பிறத்தியார் சொல்றத நிதானிச்சி கேக்குற காது அப்புறம் அவங்களுக்கு உதவி செய்யுற கைகள். இதெல்லாம் உங்கிட்ட இப்ப இருக்கு. நீதான் அவங்களுக்கு பெரிய சொத்து”.

“இல்லைங்கய்யா...”

“இனி ஒரு வார்த்த பேசாத ராஜாராம். இங்க வந்த பலபேருக்கு அறிவுரைச் சொன்னவன் நீ. அதால நான் ஒன்னும் உனக்குப் பெருசா சொல்றதுக்கில்ல. இதுவரை நடந்ததை யோசிக்கறதவிட இனி எப்படி நடக்கனும்னு யோசிக்கறவங்கதான் வாழத் தெரிஞ்சவங்க. நீ இனிமே

இருக்க வேண்டியது அவங்களோடதான். உனக்கு ஒரு நல்ல குடும்பம் அமையாமப் போயிடுச்சேன்னு நான் பல நாள் வருத்தப்பட்டிருக்கேன். அதுக்கு இனி அவசியம் இல்ல. விட்டுப்போன பந்தத்தோட இணையுற நாள் வந்தாச்சு. இனிமே நீ அவங்க கூடத்தான் வாழனும். போயிட்டு வா ராஜாராம். சீக்கிரமே உன் பொண்ணுக்கு நல்ல வரன் பாரு. அவளுக்குத் திருமணப் பரிசா உன்னோட பூர்வீகச் சொத்தை நான் வாங்கித் தரேன். சந்தோஷமாப் போயிட்டு வா".

அந்தப் பெண்களின் பக்கம் திரும்பியவர், "இங்க பாருங்கம்மா... அவரைப் பத்தி குற்றம் சொல்ல ஆயிரம் காரணங்கள் இருக்கலாம். ஆனா மன்னிக்கவும், மறக்கவும் ஒரே காரணம்தான் தேவைப்படும். அது அன்பு. பரிபூரண அன்போட அவரோட வாழுங்க".

பிரியாவிடை பெற்றது ராஜாராமின் குடும்பம்.

"ஏங்க...ஆச்சாரமான இல்லத்து அடுப்படியில் பணி செய்ய ஆள் தேவை'னு பழையபடி இன்னைக்கே பத்திரிகையில விளம்பரம் கொடுங்க. ஆனா ஒரு ஆண்தான் தேவைனு அழுத்தமா தெரிவிச்சிடுங்க". சொல்லிவிட்டு அறைக்குள் சென்றுவிட்டாள் லட்சுமி கண்கலங்கியவாறே! நல்ல சகோதரனை திடீரென இழந்த உளவியல் தவிப்பு. பாவம் அவள்!

தற்போது நரசிம்மனுக்கும் தனிமை தேவைப்பட்டது. ராஜாராமின் நினைவுகளை மனதுக்குள் அசை போட. மனதில் ஆயிரமாயிரம் நதிகள் பாய்ந்த உணர்வு!

07

கரோனா குமாரி

அடடடடடா.... இந்த கரோனா வந்தாலும் வந்தது... அன்றாடங்காய்ச்சி முதல் அசகாயசூரர்கள் வரை அனைவரின் டப்பாவும் டான்ஸ் ஆடத் தொடங்கிவிட்டது. முதலில் இருந்த ஊரடங்குக் காலங்களில் கூட தசரதிக்குப் பெரிதாக எதுவும் தெரியவில்லை. ஊரடங்கு சற்றே தளர்த்தப்பட்ட பின், கரோனா உக்கிரமாகப் பரவத் தொடங்கிவிட்டது.

மே மாதம் என்றால் வழக்கமாக ஒரு உற்சாகம் இருக்கும். ஆனால் இந்த வருடம் எல்லாமே தலைகீழ். செய்திகளில் வரும் பிரேக்கிங் நியூஸ்கள் எல்லோரின் இதயத்தையும் சுக்கு நூறாக நொறுக்கிக்கொண்டிருந்தது. யாருக்கோ எங்கேயோ என தொலைக்காட்சி செய்தியில் கேட்டுக்கொண்டிருந்த நிலைமை மாறி இதோ... பக்கத்து தெருவில், நாலாவது தெருவில் கரோனா கும்மியடித்துக்கொண்டிருக்கிறது என்ற கதிகலங்கும் செய்திகேட்டும் தொடை நடுங்காமல் வெளியே போய்வரத்தான் வேண்டும் என்ற நிலைமை. என்ன கொடுமை!

இரண்டரை மாதக் காலமாக, வெளியே சென்றுவரும் மொத்த பணியையும் கணவனே கவனித்துக்கொள்ள தற்போது அஷோக் பணிக்குக் கிளம்பிவிட்டான். வேறுவழியின்றி தசரதி காய்கறி வாங்க வெளியே செல்லவேண்டிய நிலைமை. புடவைக்கு மாட்சிங்காக முகக்கவசத்தைத் தேடும் வேட்டையில் தோல்வியைத் தழுவப் பின் வைத்திருக்கும் முகக்கவசத்திற்கு ஏற்றதொரு நிறத்தில் புடவையை தேர்ந்தெடுத்து உடுத்திக்கொண்டாள்.

காய்கறி வாங்கப் போகக்கூடக் கதகளி ஆடப்போவதுபோல் உடல் முச்சூடும் மெனக்கெட வேண்டியிருந்தது. வாயையும் மூக்கையும் போர்த்தியபடி முகக்கவசம் அணிந்தபின்தான் கண்ணுக்குக் கீழ்

போட்ட பவுடர் எல்லாம் வீண் என்ற சமயோஜித எண்ணம் தோன்றியது தசரதிக்கு. கைக்குப் போட்ட கிளவுஸ் சற்றே தொளதொள வென்று அது ஒருபுறம் ஓடியது. கரோனா கண்வழியாகவும் பரவ வாய்ப்புள்ளது என பக்கத்து வீட்டு கௌரி கொளுத்திப் போட்டுவிட எதற்கு வம்பு என்று பெட்டியில் உறங்கிக்கொண்டிருந்த பழைய இத்துப் போன கருப்பு கூலிங் கிளாஸை எடுத்து மாட்டிக்கொண்டாள்.

இத்தனை இத்தியாதிகளுடன் இறுதியாகத் தன்னை ஒரு முறை கண்ணாடியில் பார்த்தாள். பார்ப்பதற்கு அசல் பிள்ளை பிடிக்க வரும் பூச்சாண்டி போலவே இருந்தது. தசரதிக்கு வந்த சோதனையா அல்லது அவளைப் பார்ப்பவருக்கு வந்த வேதனையா என்பது கடவுளுக்கே வெளிச்சம். ஒரு வழியாகக் காய் வாங்கக் கடைத்தெருவுக்கு வந்துவிட்டாள். கண்ணுக்கெட்டிய தூரம்வரை ஜெஜ ஜெஜவென மக்கள் ஜெகஜோதியாய் சுற்றிக்கொண்டிருந்தார்கள். இப்படி எல்லாம் பண்ணுனா கரோனாவுக்குக் கோபம் வருமா வராதா?! பலத்த சந்தேகம் எழுந்தது தசரதிக்கு.

காலையில் காய் வாங்க இத்தனை கூட்டமா? அட! அத்திவரதருக்கு நின்ற கியூவைவிட அதிகமால்ல இருக்கு! ஒவ்வொருவர் கையிலும் பெரிய பெரிய பைகளில் காய்கள் பிதுங்கி வழிந்துக்கொண்டிருந்தது.

இந்த மக்களெல்லாம் அவரவர் வீடுகளுக்கு காய்கறி வாங்கிச் செல்கிறார்களா அல்லது ஏதாவது உணவகத்துக்கு வாங்கிச் செல்கிறார்களா என்னும் சந்தேகம் உட்புகுந்தது தசரதிக்கு.

தெருமுக்கில் முழுதும் சொத்தைக் கத்திரிக்காய்களையே கூறுகட்டி வைத்துக்கொண்டிருந்த ஒரு பரிதாப பாட்டியிடம் வந்தவரைக்கும் லாபமாக கத்திரிகாய்களை வாங்கி அடைத்துக்கொண்டாள். பிற காய்கறிக் கடைகளில் எல்லாம் ஏகப்பட்ட கூட்டம். இந்நேரம் பார்த்துதான் மூக்கைச் சொரிய வேண்டும்போல அப்படியொரு நமைச்சல். வீட்டிலிருக்கும் போதெல்லாம் ஒன்றும் ஏற்படுவதில்லை. அத்தனை அவதிகளையும் அள்ளி மாட்டிக்கொண்டு கோமாளிபோல் வெளியே சுத்தும் இந்தக் கொடிய நேரத்தில்தான் இந்த கோராமை எல்லாம் ஏற்பட்டுத் தொலையும். சனியன்! என்று நொந்துக்கொண்டாள். ம்... நம்முடைய கஷ்ட நஷ்டமெல்லாம் கரோனாவுக்குத் தெரியுமா என்ன! கண்ட இடத்திலெல்லாம் அவளுக்கு நமைச்சல் கண்டது. ஒருவழியாக முழங்கையை மூக்குக்குச் செங்குத்தாய் இருத்தி இன்னொரு முறை கேட்காதே என உக்கிரமாய் தேய்த்துவிட்டாயிற்று. ஆனாலும் அடங்குவேனா என்றது.

கீரைக் கடையில்தான் எவ்வளவு கூட்டம்! அப்பப்பா! வரிசை மட்டுமே ஒரு பர்லாங் தூரம் நீண்டிருந்தது. சமூக இடைவெளியை கடைபிடித்தபடி வரிசையில் நின்று வாங்குவதற்குள் தாவு தீர்ந்துவிட்டது. அதிலும் தசரதியின் முறை வரும்போதுதான் எங்கிருந்தோ வந்த ஒரு நடுத்தர வயதுப் பெண், "இந்த இரும்மா... ஒரு அஞ்சு ரூபாக்கு கரிவேப்பில மட்டும் வாங்கினு போயிடுறேன். ஒன்னே ஒன்னுதான். இதுக்குப் போயி என்னா வரிசையில நிக்குறது" என வம்படியாக இவளைக் கடந்து காசை நீட்டி வாங்கியும் சென்றுவிட்டாள். அந்த பெண் கையில் வைத்திருந்த துணிப்பை தசரதியை உரசி நலம் விசாரித்துவிட்டுச் சென்றது. தசரதிக்கு வந்ததே கோபம்!

அவள் வாழ்க்கையில் இதுவரை யாருக்கும் பயப்பட்டதேயில்லை. ஆணாணப்பட்ட மாமியாரைக்கூடப் பொட்டிப்பாம்பாய் அடக்கி வைத்தவள். இதே வழக்கமான பழைய நாட்களாக இருந்தால் மண்ணில் புரண்டாலும் பரவாயில்லை என அடிதடி நடந்திருக்கும். அப்படிப்பட்டவள் இந்தப் பெண்ணை ஒன்றும் செய்ய இயலாது அவசர கதியில் கையோடுகொண்டு வந்த சானிடைசரைப் பிதுக்கி பை உரசிய இடத்தில் தேய்த்துத் தன்னை தற்காத்துக்கொண்டாள்.

அந்தப் பெண்ணிடம் காட்டவேண்டிய கோபமெல்லாம் அந்த கடைக்காரனிடம் மடைமாறியது. 'உனக்கு வாந்தி பேதி வர, கைகால் விளங்காமப் போக போன்ற சாபனைகளெல்லாம் தற்போது யாரும் கண்டுகொள்வதேயில்லை. அதனால் அவனுக்கு நன்றாக உரைக்கும் படி "உனக்கெல்லாம் கரோனா வர!" என சபித்தபடி நகர்ந்தாள். அந்த கடைக்காரன் அப்படியே உறைந்து உட்கார்ந்துவிட்டான்.

தன்னை ஈஷிக் கொண்டுபோன அந்தப் பெண் தூரத்தில் நடந்து வரும் போதெல்லாம் முகக்கவசம் அணிந்து வந்தவள் பக்கத்தில் நெருங்கியவுடன் பேசத் தோதாய் கழற்றிவிட்டு கதாகாலட்சேபம் நிகழ்த்தியது திடீரென நினைவுக்கு வந்தது. அட... கீரைக்காரனுக்கு கொடுத்த சாபம் தனக்குத் திரும்பிவிடுமோ என சற்று நேரத்தில் கலவரமானாள் தசரதி.

ஒரு வழியாய் கொண்டுவந்த இரண்டு பைகளையும் வழிய வழிய நிரப்பிக்கொண்டு தன் ஸ்கூட்டியை நோக்கி விரைந்தாள். எங்கிருந்தோ தசரதி... என்ற ஒரு உற்சாகக் குரல் கேட்டது. திரும்பியவளின் சப்த நாடியும் ஒடுங்கிப்போனது. 60 அடி தொலைவில் அனுசுயா வந்துகொண்டிருந்தாள். ஐயோ... இவளிடம் மாட்டினால் அவ்வளவுதான். சரியான ஆல் இண்டியா ரேடியோ.தான்

சேகரித்து வைத்திருக்கும் செய்திகள் மொத்தத்தையும் கொட்டாமல் நகர மாட்டாள்.

அவள் அணிந்திருக்கும் முகக்கவசமோ மூன்று நாளாய் துவைக்காதது போலவே இருந்தது. ஏற்கனவே அவளுக்கும் அறிவியலுக்கும் ஆகவே ஆகாது. கானா ஊனா என எதையாவது உளறிக் கொட்டிக்கொண்டே இருப்பாள். தற்போது, கரோனாவா கொத்தமல்லியா... ஒரு கை பார்க்காமல்விடமாட்டேன் என்று கொக்கரித்தாலும் ஆச்சர்யமில்லை. அந்தளவுக்கு அவள் ஒரு அசால்ட்டு பேர்வழி. தண்ணீர் தட்டுப்பாடு இல்லாத காலத்திலேயே நாலு நாளுக்கு ஒரு முறைதான் குளிப்பாள். இந்தக் கொரானா காலத்தில் வெறுமனே கையைக் கழுவிவிட்டு காலத்தை ஓட்டினாலும் ஓட்டுவாள்.

அனுசுயா நெருங்கி வர வர தசரதியின் இதயம் தாறுமாறாய் துடிக்க ஆரம்பித்துவிட்டது. ஐயோ... இவள் பேச ஆரம்பித்தால் லேசில்விடமாட்டாளே! இந்த கரோனா காலத்திலோ யாரும் கிடைக்காது நிச்சயம் கொலைவெறியில் இருப்பாள். தாம்தான் இன்று அவளின் பலியாடோ என்று பயத்தில் தசரதியின் மைண்ட் வாய்ஸ் தாறுமாறாய் சிலிர்க்க, கால்கள் உதறத் தொடங்கியது. கடவுளே... பிறகு இத்தனை நாட்களாக உடம்பில் தினுசு தினுசாக ஏற்றிய எதிர்ப்புச் சக்திகள் எல்லாம் வீணாகிப் போய்விட்டால் என்ன செய்வது என்ற பெருங்கவலை அவளைத் தொற்றிக்கொண்டது.

அனுசுயாவை எதிர்கொள்ள பயந்து அவளுக்கு எதிர்திசையில் வேகவேகமாக நடக்கத்தொடங்கினாள். தற்போது அனுசுயா கரோனாவைவிடக் கொடியவளாகத் தெரிந்தாள்.

“ஏய்... தசரதி... எங்கடி போற? நில்லுடி!” என்று அவளை பின்தொடர்ந்தபடி தன் நடையையும் வேகப்படுத்தினாள் அனுசுயா. தசரதிக்குப் பயத்தில் அட்ரினலின் அபரிமிதமாகச் சுரக்கத் தொடங்கிவிட்டது. எங்கிருந்துதான் அத்தனை பலம் வந்ததோ! இரண்டு கட்டைப்பைகளில் இருந்த பல கிலோ காய்களைத் தூக்கியபடி கிட்டத்தட்ட ஓடத் துவங்கினாள் தசரதி.

“தசரதி... தசரதி... கொஞ்சம் நில்லுடி” என பின்தொடர்ந்தபடியே ஓடிவந்தாள் அனுசுயா.

“ஐயோ மேடம்... நீங்க நினைக்குற தசரதி நான் இல்ல. என் பேரு கொ... ரோ... னா குமா... ... ... .ரி” எனத் தன் ஸ்கூட்டியில் ஏறி பறந்துபோனாள் தசரதி.

8

ஒரு நீதிமன்றமும் காவல் நிலையமும்

காவல் நிலையம் வெளிப்புறப் பார்வைக்கு வெறிச்சோடிக் கிடந்தது. மனத்துக்குள் ஒரு கதாகாலட்சேபமே நடந்தாலும் உடல்மொழியில் அது வெளியாகா வண்ணம் காவல் நிலையத்தை நோக்கி திடமாக நடந்தாள் ஆராதனா.

உள்ளே பெண் போலிஸ் ஒருவர் நான்கு ஊதுபத்திகளை ஏற்றிக்கொண்டிருந்தார். காலடிச் சத்தத்தைக் கேட்டு ஆராதனாவை நிமிர்ந்து பார்த்தாள் அவள். இளவயது. ஒடிசலான தேகம். உள்ளே அவள் கைகாட்டிய திசைக்குள் பிரவேசித்தாள் ஆராதனா.

காக்கிச் சட்டை அணிந்திருந்த நான்கைந்து நபர்கள் கண்ணுக்குப் பட்டார்கள். ‘கமலக்கண்ணன், காவல் உதவி ஆய்வாளர்’ என்ற பெயர்ப்பலகை வீற்றிருந்த அந்த மேஜையின் எதிர் இருக்கையில் பார்வைக்குக் கிடைத்தார் கமலக் கண்ணன். உருளை முகம். சுருள் சுருளாய் முடி. பார்க்க பாந்தமாக இருந்தார்.

தொலைபேசியில் யாரிடமோ பேசிக்கொண்டிருந்தார் கமலக் கண்ணன். பக்கத்து இருக்கையில் பாஸ்போர்ட் சரிபார்த்தலுக்கென வந்திருந்த நபரிடம் சான்றிதழ்களை எண்ணி வாங்கிக்கொண்டிருந்தார் மற்றொரு காக்கி. அந்தக் கூடத்தின் நடுநாயகமாக வீற்றிருந்த 49 இஞ்ச் எல்.இ.டி.டி.வி. ஒன்றில் ஊரின் முக்கிய பஜார் வீதியில் வைக்கப் பட்டிருந்த சி.சி.டி.வி. கேமராவின் பதிவுகள் நேரலையில் காட்சிகளாக ஓடிக்கொண்டிருந்தது.

இரண்டொரு நிமிடத்தில் தன் உரையாடலை முடித்துக்கொண்டு ஆராதனாவைப் பார்த்து "சொல்லுங்க மேடம்" என்றார் கமலக்கண்ணன், எதிரே இருந்த இருக்கையைக் கைகாட்டிய படியே.

கொஞ்சம் நிறுத்தினாள் ஆராதனா.

“சார்... ஒரு ரெக்வெஸ்ட், இந்த கம்ப்ளைண்ட்ட பத்தியோ இத நான்தான் கொடுத்தேன்னோ வெளியத் தெரியக்கூடாது!" குரல் மெலிதாகவே வெளிவந்தது. அவளிடமிருந்து.

“காவல்துறை உங்கள் நண்பன். எங்களுக்கும் குடும்பம் இருக்கு. நாங்களும் மனுஷங்கதான். நம்பிச் சொல்லுங்க. வெளியப் போகாது.” கமலக்கண்ணன் இப்போது தன் காதுகளைக் கூர்மைப்படுத்திக்கொண்டார்.

“சார்... ஐ ஆம் எ டிவர்சி.

எனக்கு ஒரே பொண்ணு க்ரியா. பி.எஸ்சி. பிஸிக்ஸ் ஃபைனல் இயர் ஸ்டூடண்ட். பொதுவா ஆபிஸ் போனேன்னா எனக்கு போன் கால்ஸ் அட்டெண்ட் பண்ணக்கூட நேரம் இருக்காது. அஃபிஷியல் கால்ஸ் மட்டும்தான். அதுகூட ஆபிஸ்ல இருக்குற லேண்ட் லைன்லயே பெரும்பாலானது முடிஞ்சிடும். மிஞ்சிப் போனா காலேஜ்விட்டு வந்து, நான் எப்ப வருவேன்னு கேக்க என் பொண்ணு பேசுவா. அவ்வளவுதான். ஆனா... கடந்த ஒரு மாசமா ஒரு நாளைக்கு நூறு கால்ஸுக்கு மேல வருது. எல்லாமே ஆண்கள்தான், ‘ரூம் போடட்டுமா? உனக்கு எவ்வளவு ரேட் ? நான் அங்க வரவா? இல்ல நீ இங்க வருவியா? நீ எந்த ஏரியா?’ங்குற மாதிரி அழைப்புகள்தான். ஆராதனாவில் குரல் சற்றே தழுதழுத்து மீண்டது.

“சரி... அந்த நம்பர தூக்கிப் போட்டுட்டு வேற நம்பர் வாங்கிக் கலாம்ல.”

“ஆமா சார். அப்படித்தான் வாங்கினேன். ஒரு வாரம் நிம்மதியா இருந்துச்சு. அப்புறம் மறுபடியும் இதே மாதிரி அழைப்புகள் வரத் தொடங்குச்சி.”

“புது நம்பரயார் யாருக்கெல்லாம் குடுத்தீங்கன்னு ஞாபகமிருக்கா?”

“சார், புது நம்பர் எங்க முக்கியமான உறவுக்காரங்களுக்கும் என் ஃப்ரெண்ட்ஸ் சிலருக்கும் என் ஆபிஸ் ஸ்டாப்ஃபுக்கும் மட்டும்தான் தெரியும்.”

“சரி, திரும்ப நம்பர மாத்தினீங்களா?”

‘ஆமா சார். மறுபடியும் இந்தத் தொல்ல தொடரவே ரெண்டாவது நம்பரையும் தூக்கிப் போட்டுட்டு மூணாவதா ஒண்ணு வாங்கினேன்.”

“அப்புறம் இப்பவும் அப்படி அழைப்புகள்வருதா?”

“சார், நான் இப்ப வெச்சிருக்கறது நாலாவது நம்பர்.”

கமலக்கண்ணன் இப்போது சீட்டின் நுனிக்கு வந்தார்.

“சார்... அந்த மூணாவது நம்பருக்கும் கொஞ்சம் இடைவெளிவிட்டு இதே மாதிரி அழைப்புகள் தொடர்ந்துச்சு. அதனால அதையும் மாத்திட்டேன். இப்ப இந்த நாலாவது நம்பர யாருக்கும் சொல்லல. எனக்கும் என் பொண்ணுக்கும் மட்டும்தான் தெரியும். முந்தாநேத்துதான் மாத்தினேன். நேத்து மதியத்துலருந்து மறுபடியும் இதுமாதிரியே அழைப்புகள் வருது. எனக்கு என்ன செய்யறதுனே தெரியல சார். நான் சரியாத் தூங்கி ஒரு மாசத்துக்கும் மேல ஆகுது...” கிட்டத்தட்ட உடையும் தறுவாயில் இருந்தது ஆராதனாவின் குரல்.

தண்ணீர்ப் பாட்டிலை அவள் முன் கிடத்திய கமலக்கண்ணனின் நெற்றிச் சுருங்கியது. ‘‘உங்க பொண்ணுகிட்ட இந்த விஷயத்தச் சொன்னீங்களா? அவங்க யாருக்காவது நம்பரக் கொடுத்திருக்கப் போறாங்க!... கேட்டீங்களா?”

“நான் மூணாவது நம்பர் மாத்தும்போதே என் பொண்ணுகிட்ட இதோட சீரியஸ்னெஸ்ஸ புரிய வெச்சுட்டேன். அவளுமே பயந்தா. ஆனா இப்ப நான் கடைசியா வெச்சிருக்குற இந்த நாலாவது நம்பர் எனக்கும் அவளுக்கும் மட்டும்தான் தெரியும். இப்ப எல்லாம் ஆதார் நம்பரத் தட்டி னாலே நம்மோட மொபைல் நம்பர் தெரிய வந்துடும்னு வேற ரெண்டு பேரோட ஆதார் நம்பரக் கொடுத்துதான் கடைசி ரெண்டு நம்பர்களை வாங்கினேன்.”

“ஓகே... வேற ஏதாவது இது சம்பந்தமா தகவல் தெரிஞ்சுதா உங்களுக்கு?”

“சார்... போன்ல பேசுன ஒரு நாலஞ்சு பேர் கிட்டருந்து நானா தெரிஞ்சுக்கிட்ட ஒரு விஷயம் இருக்கு.”

“என்னது?”

“அது வந்து... என் நம்பர ஒரு கால் கேர்ளோட நம்பர்னு ஏதோ ஒரு டிரெயின் டாய்லெட்ல யாரோ எழுதி வெச்சிருக்கான் போல. அதப் பாத்துட்டுத்தான் எனக்கு போன் பண்ணினதா ஆரேழு பேர் சொன்னாங்க”

“ஓ. ஐ. சி. அதெப்படி வெச்சிருக்கான்னு ஒரு ஆணைச் சொல்றீங்க. எழுதி வெச்சது ஒரு பெண்ணாக்கூட இருக்கலாம் இல்லையா? டிரெய்ன்ல ஆணுக்கு பெண்ணுக்குனு தனித்தனிக் கழிவறை

கிடையாது. உங்க மேல பொறாமைகொண்ட ஒரு பெண்ணாக்கூட இருக்கலாம் இல்லையா?"

"அப்படி ஒண்ணும் பெரிய மகாராணி மாதிரி நான் வாழ்ந்துடல சார். ஒரு வீடு, ஒரு பிளாட்னு ஒரு சாதாரண நடுத்தர வாழ்க்கைதான். பெருசா பொறாமைப்பட எதுவும் இல்ல."

"சரி... உங்களுக்கு யார் மேலயாவது சந்தேகம் இருக்கா? இப்போது ஆராதனாவை கமலக்கண்ணன் உற்றுக் கவனிக்கத் தொடங்கினார்.

தடுமாற்ற நிலையில் தத்தளிக்கும் நிலையை ஆராதனாவின் முகம் பிரதிபலித்தது. "சொல்லுங்க மேடம். யார் மேல உங்களுக்கு சந்தேகம்?"

"எனக்கு என்ன சொல்றதுனே தெரியல."

சந்தேகப்படும்படியா யாரும் இல்ல. என் ஆபிஸ்லகூட எல் லாரோடவும் ரொம்ப இணக்கமாதான் சார் இருப்பேன். சில கருத்து வேறுபாடுகள் இருக்கும். ஆனா மோதல்கள்னு எதுவும் இல்ல. உறவுக்காரங்களும் அப்படித்தான். உதவி செய்யலேன்னாலும் உபத்திரவம் செய்யறவங்க யாரும் இல்ல சார்,"

"அப்போ... உங்க வீட்டுக்காரர்? அவர் இப்ப எங்க இருக்காரு?"

"இதே ஊர்லதான் சார் இருக்காரு.

பேரு திலீபன். வீராசெட்டி தெரு. அவர் நல்லவர்தான். விட முடியாத குடிப்பழக்கம். அப்புறம் நிறைய ஈகோ. அதாலதான் பிரிய வேண்டியதாப் போச்சு.''

"உங்களுக்கு டிவர்ஸ் ஆகி எத்தன வருஷம் இருக்கும் ?"

"பத்து வருஷம் ஆகுது சார்."

"சரி... இதுக்கு முன்னாடி அவரால வேற ஏதாவது தொந்தரவுகள் வந்துச்சா? யோசிச்சுப் பாருங்க."

தன் இடது கை விரல்களை உதட்டின் மேல் தேய்த்தபடி யோசனையில் இறங்கிய ஆராதனா பின் அமைதியாக இப்படிச் சொன்னாள். "சார்... அவரால எனக்கு எந்தத் தொந்தரவும் வந்தது இல்ல. கோயில்ல, தெருவுலனு ஏதோ ஒரு சந்தர்ப்பத்துல ஏதேச்சையா பாத்துக்கிட்டாலும் இவளுக்குத் தப்புப் பண்ணிட்டோம்குற குற்ற உணர்வோடயே என்னைப் பாக்குறா மாதிரி எனக்குத் தோணும்."

"சரி... உங்க வீட்டுக்காரர விசாரிக்கணும். முகவரி சொல்லுங்க.'' ஒருவித நெருடலுடனேயே முகவரியைச் சொல்லி முடித்தாள்

ஆராதனா. திலீபனை அழைத்து வரும்படி கட்டளை பறந்தது கமலக்கண்ணனிடமிருந்து. "மேடம்... உங்க பொண்ணையும் கண்டிப்பா விசாரிக்கணும். இப்ப அவங்க வருவாங்களா? ஏன்னா... இப்ப புதுசா வாங்கியிருக்குற நம்பர் உங்களுக்கும் அவங்களுக்கும் மட்டும்தான் தெரிஞ்சிருக்கு. அவங்க யார்கிட்டயாவது தவறுதலா சொல்லியிருக்கலாம்ல.''

"இல்ல சார் அதுக்கு வாய்ப்பே இல்ல. அவ யார்கிட்டயும் சொல்லவே இல்ல. என்னால் நூறு சதவிகிதம் நம்பகமாச் சொல்ல முடியும்.''

'சரி, அவங்களுக்கு ஏதாவது இப்படி கால்ஸ் வருதான்னு கேட்டீங்களா?"

"கேட்டேன் சார். கடவுள் கருணையால அவளுக்கு அப்படி எதுவும் வரல" "ஓகே. அப்ப அவங்களோட டார்கெட் நீங்க மட்டும்தான். உங்கள உருக்குலைக்கணுங்கறதுதான் அவங்க திட்டம்" என நெற்றியைத் தடவியபடியே சொன்னார் கமலக்கண்ணன்." சார்... நீங்க எதுவும் வீட்டுக்கு வரவேணாம். நானே என் பொண்ணக் கூட்டிட்டு சாயந்திரம் வரேன். நீங்க இருப்பீங்களா?"

"இருப்பேன்... வாங்க."

விடைபெற்று வெளியே வந்தாள் ஆராதனா. மனதில் சூழ்ந்திருந்த கவலை ரேகைகள் சற்றே விலகினாற்போன்ற ஆசுவாசம். யாரிடமும் சொல்லவும் முடியாமல் மறக்கவும் முடியாமல் தவித்துக்கொண்டிருந்தவளுக்கு, நம்பகமான ஒரு நபரிடம் மனக்குறைகளைக் கொட்ட முடிந்ததால் முகம் ஒரு தெளிவு கண்டது. ஆனாலும் திலீபனிடம் இவர்கள் எப்படி விசாரணை மேற்கொள்வார்கள் எனத் தெரியவில்லையே! திலீபன் இதை எப்படி எதிர்கொள்வான் என யோசனைகள் விரிந்தன.

சொல்லிவைத்தாற்போல் 6 மணிக்கெல்லாம் தன் மகள் க்ரியாவுடன் வந்து சேர்ந்தாள் ஆராதனா. க்ரியாவின் முகம் சற்றே மிரட்சியாக இருந்தது. கல்லூரிப் பெண்களுக்கே உரிய லட்சணத்தில் சுடிதாரில் இருந்தாள் க்ரியா. உள்ளே திலீபன், கமலக் கண்ணனின் மேஜைக்கு எதிரே இருந்த நாற்காலியில் அமர வைக்கப்பட்டிருந்தான். அவன் முகம் இறுகிக்கிடந்தது. அவன் ஆராதனாவைப் பார்த்த பார்வை அவளைக் குத்திக் கிழிப்பதாய் இருந்தது. கமலக் கண்ணன் வரும் வரை காத்திருக்கும்படி நேர்ந்ததால் அவளது ரணகள மனம் அப்படியே பதினைந்து நிமிடங்களுக்கு நீடித்தது.

ஒருவழியாக வியர்வை வாசம் வழிய வந்து சேர்ந்தார் கமலக் கண்ணன். தேர் நிலைக்குத் திரும்பவும் நெருக்கடி நிலைபோல் இவர்களின் பிரச்சனைக்குள் நுழையவே அவருக்கு அரைமணி நேரம் பிடித்தது.

"ம்... சொல்லுங்க மேடம்..." என்றபடி இருக்கையில் வந்தமர்ந்தார் கமலக்கண்ணன். 'குட் ஈவ்னிங் சார். என் பொண்ணக் கூட்டிட்டு வந்திருக்கேன் சார்" என்றபடி க்ரியாவைக் கைக்காட்டினாள் ஆராதனா.

"உங்க பேரு?"

"க்ரியா"

"என்ன படிக்குறீங்க? எந்த காலேஜ்?" "மல்லேந்திரம் ஆர்ட்ஸ் காலேஜ்ல பி.எஸ்.சி. ஃபைனல் இயர் படிக்குறேன் சார்."

"ஓகே ஃபைன். உங்க அம்மாவோட பிரச்னை தெரியும்ல?"

"எஸ் சார். தெரியும். இப்ப கடைசியா இருந்த நம்பர நான் யார்கிட்டயும் சொல்லல. யாருக்கும் தெரியாது."

"ஒருவேள இதோ இங்க இருக்காரே... உங்க அப்பா! அவர்கிட்ட இந்தப் பிரச்ன எதையாவதுப் பத்தி சமீபமா பேசினீங்களா?"

"சாரி சார். அவர பாத்தா பேசுவேன்தான். ஆனா கடைசியா அவர் கூட பேசியே ஒரு வருஷத்துக்கு மேல ஆகுது."

"ஓகே. உன் மொபைல குடும்மா."

"உன் மொபைல்ல சமீபத்துல என்னென்ன ஆப்ப டவுன்லோடு செஞ்சீங்க?"

"ம்... ரீசண்டானா... ரெண்டு கேம்ஸ் ஆஃப். அப்புறம் கடைசியா காவலன் ஆப்தான் சார்."

"ஓ குட் இந்த கேம்ஸ் ஆப்ப பத்தி கொஞ்சம் விசாரிக்க வேண்டி யிருக்கு. நீங்க போனைக் குடுத்துட்டுக் கிளம்புங்க. உங்க அம்மாகிட்ட கொடுத்து அனுப்புறேன். மேடம்... உங்க பொண்ணு க்ரியாவ அனுப்பிட்டு நீங்க கொஞ்சம் வெயிட் பண்ணுங்க மேடம்."

ஆராதனா, க்ரியாவை ஆட்டோவில் அனுப்பிவிட்டு வந்து இருக்கையில் அமர்ந்தாள். கமலக்கண்ணன் சன்னமான குரலில் மெலிதாகத் துவங்கினார். "மேடம்... நான் சொல்றத கவனமா கேளுங்க."

ஆராதனாவுக்கு குபிரென வியர்க்கத் தொடங்கியது. "மேடம்... உங்க முன்னாள் கணவர் திலீபனை விசாரிச்சாச்சு. அவருக்கும் இந்தக் குழப்பத்துக்கும் எந்தக் காரணமும் இல்லனு தெரியவருது. காலையில நீங்க கொடுத்துட்டுப் போன உங்க போன வெச்சு சில தகவல்களை எடுத்ததுல சில விஷயங்களத் தொடர்புபடுத்த முடியல. அதனால் உங்க பழைய நம்பரோட கால் ஹிஸ்டரிய எடுத்தேன். அதுல உங்க முந்தைய மொத இரண்டு நம்பர்லருந்து இரவு நேரத்துல குறிப்பிட்ட ஒரு நம்பருக்கு ரிங் போயி ரிங் போயி கட் பண்ணியிருக்காங்க. ஐ மீன்... எல்லாமே மிஸ்டு கால்ஸ்..."

"அப்படியா! யாரு சார் போன் பண்ணியிருப்பாங்க?"

"சொல்றேன். முழுசா கேளுங்க மேடம். வீட்டுல நீங்க ரெண்டு பேர் மட்டும்தான! உங்க போன்லருந்து அழைப்பு போன நம்பருக்கு உரியவனோட டீடெய்ல்ஸ் கலெக்ட் பண்ணினதுல அவன் பேரு குணா. அவன் உங்க பொண்ணோட காதலன்னு தெரியவருது."

இப்போது ஆராதனாவுக்குத் தூக்கி வாரிப்போட்டது. மூளை அதற்கு மேல் எதையும் யோசிக்கவோ கமலக்கண்ணனின் பேச்சைப் பின்தொடரவோ முடியவில்லை.

"கொஞ்சம் அதிர்ச்சியாத்தான் இருக்கும். ஆனா இதுதான் உண்மை. பதற்றப்படாம கேளுங்க இப்ப உங்க பொண்ணு மொபைலை வாங்கி செக் பண்ணினதுல அந்தப் பையனோட நம்பர குணவதிங்குற பெண் பேர்ல ஸ்டோர் பண்ணி வெச்சிருக்காங்க இதோ இதுதான் அந்த நம்பர்"

அலைபேசித் திரையை ஒளிரவிட்டுக் காட்டினார் கமலக்கண்ணன்.

சரி சார். அந்தப் பையன் ஏன் என்னைத் தப்பானவள்னு என் நம்பரச் சொல்லி எழுதி வைக்கணும் ?"

"சொல்றேன். அந்தக் குணா இப்ப எம்.காம்., செகண்ட் இயர் படிக்குறான். அவனுக்குக் குடிப்பழக்கம் இருக்கு. உங்க கணவரோட குடிப்பழக்கத்தாலதான் அவர நீங்க விவாகரத்துப் பண்ணீங்கங்குற விஷயம் உங்க பொண்ணு மூலமா அவனுக்குத் தகவல் போயிருக்கு. இதையே காரணம் சொல்லி உங்க பொண்ணு அவனைக் குடிக்க வேணாம்னு சொல்லி வற்புறுத்தி இருக்காங்க. அதனால அவங்களுக்குள்ள பெரிய தகராறும் ஓடியிருக்கு. நீங்க கல்யாணத்துக்குச் சம்மதிக்க மாட்டீங்கன்னு உங்க பொண்ணு ஆணித்தரமா சொன்னதால

அந்தக் குணா உங்கள உளவியல் ரீதியா பாதிப்படைய வெச்சு வேற எதையும் உங்கள யோசிக்கவிடாம செய்யறதுக்காக இப்படி உங்க நம்பர ரயில்வே ஸ்டேஷன் பிளாட்பாரம், ஜெண்ட்ஸ் டாய்லெட்ல எழுதி வெச்சிருக்கான். உங்க பொண்ணுக்கே தெரியாம அவ போன்லருந்து உங்க புதுப்புது நம்பர எடுத்ததும் அவந்தான்.

அவனை விசாரிக்க வேண்டிய விதத்துல விசாரிச்சு உண்மைய தெரிஞ்சுக்கிட்டோம். சம்பந்தப்பட்ட ரயில்வே ஸ்டேஷன் டாய்லெட்ல இருந்தும் உங்க நம்பர அழிக்கச் சொல்லியாச்சு."

கடவுளே! இப்படியெல்லாம் கூடவா செய்வாங்க. நான் யாருக்கு என்ன பாவம் பண்ணினேன். இந்த நாப்பது நாளுல நரக வேதனையை அனுபவிச்சுட்டேன். பயத்துல போனை கொஞ்ச நேரம் ஸ்விட்ச் ஆஃப் செஞ்சிருந்தா கூட 'இவ்வளவு நேரம் யாருகூட படுத்திருந்த? அவன் பெரிய பார்ட்டியா? எவ்வளோ பணம் கொடுத்தான்னுல்லாம் கேட்டாங்க. என் பொண்ணுக்காகத்தான் நான் வாழ்க்கையில இவ்ளோ சட்ட திட்டங்களப் போட்டு வாழ்ந்துட்டிருக்கேன்.

கடைசியிலே அவளாலேயே இப்படியொரு பிரச்னையா?! சொல்லிவிட்டுக் குலுங்கிக் குலுங்கி அழுதாள் ஆராதனா.

"கவலைப்படாதீங்க மேடம். இப்ப எல்லாம் சரியாயிடுச்சு. அவன் இதுக்கு மேல உங்க விஷயத்துக்குள்ள வரமாட்டான். உங்க பொண்ணுகிட்ட பக்குவமா இதச் சொல்லி அவன் வலையிலிருந்து வெளிய வந்துரச் சொல்லுங்க. தைரியமா போங்க."

தீலீபன் பக்கம் திரும்பிய கமலக்கண்ணன், "சாரி சார் நீங்களும் போகலாம். சாரி ஃபார் தி இன்கன்வீனியன்ஸ்" என திலீபனின் கையைப் பற்றிக் குலுக்கினார்.

ஆராதனாவும் திலீபனும் காவல் நிலையத்தைவிட்டு வெளியே வந்தார்கள். வெளியே இருட்டியிருந்தது. தூரத்து இட்லிக் கடைகளில் வியாபாரம் விறுவிறுப்பாக நடந்துகொண்டிருந்தது.

"ஆராதனா... கொஞ்சம், நில்லு" தன் வண்டியை எடுக்கப் போனவள், திலீபனின் குரல் கேட்டு நின்றாள்.

"நான் தினமும் குடிக்கிறேன்னுதான் என்னை நீ டிவர்ஸ் பண்ணின. நீ என் வாழ்க்கையில இல்லேனு ஆனதுக்கப்புறம் இன்னும் இன்னும் அதிகமா குடிச்சேன். ஆனா ஆண்டவன் என் கண்ண தொறந்துட்டான். இப்ப நாலு வருஷமா சுத்தமா குடிக்கறதேயில்ல.

நிம்மதிக்கு யோகா, தியானம்னு வாழப் பழகிட்டேன். உன் வாழ்க்கையில தேவையில்லாமத் தொந்தரவு செய்ய வேணாம்னுதான் உன்ன அப்புறம் பாத்துப் பேசவேயில்ல. ஆனா இன்னிக்கு நீ அழுதத என்னாலப் பாக்க முடியல. உனக்கு ஆறுதல் சொல்லணும்னு வாய் தவிச்சது.

இதுக்குமேலயாவது உன்ன கண்கலங்காம வெச்சிருக்கணும்னு ஆசப்படுறேன். நீ விருப்பப்பட்டா நாம ரெண்டு பேரும் புது வாழ்க்கையத் தொடங்கலாம். என்ன சொல்ற?"

சில நிமிட மௌனத்துக்குப் பிறகு "நம்பலாமா?" என்றாள் ஆராதனா, கண்களை அகல விரித்தபடி.

அவள் உதடு துடித்தது.

"என் மேல சத்தியம்... நம்பித்தான் ஆகணும்" என்றான் திலீபன்.

பத்து வருடங்களுக்கு முன் நீதிமன்ற வாசலில் பிரிந்து போனவர்கள் தற்போது காவல் நிலையத்தின் வாசலில் கைகோத்துக்கொண்டார்கள். மழை மெலிதாகத் தூவி அவர்களை ஆசிர்வதித்தது.

09

கோழிமூட்டி கோமளா

தலைப்பை படித்ததும் ஒன்று நீங்கள் கோழிமூட்டிய சம்பவமோ அல்லது உங்கள் வாழ்க்கையில் பிறர் உங்களைப்பற்றிப் போட்டுக் கொடுத்ததன் எண்ணமோ அல்லது அப்படிப் போட்டுக்கொடுத்தவரின் முகமோ உங்கள் சிந்தைக்கு எட்டினால் இந்தக்கதை உங்களுக்கு மிக நெருக்கமாகிவிட்டது என்று அர்த்தம். அதைவிடுத்து 'கோலமாவு கோகிலா' படத்தின் பெயர் நினைவுக்கு வந்து நயன்தாரா உள்ளுக்குள் வந்தால் சத்தியமாய் அதற்கு நான் பொறுப்பல்ல.

பொதுவாகப் பாடப்புத்தகத்தில் இடம்பெறத்தக்க 'கோழிமூட்டி' எனும் சொல் – வரையறு என்றதும், அது எவ்வகைச்சொல், எம்மொழியிலிருந்து வருகை புரிந்தது போன்ற க்ளிஷேவான ஆராய்வு பதில்களை எல்லாம் எதிர்பாராது, நேரே 'கோள் மூட்டுதல்' எனும் அளப்பரியச் சொல் நாளடைவில் கோழிமூட்டி என்று ஆனது என்ற கற்பிதங்களின் பதில்தான் என்னிடம்.

சரி, அது போகட்டும். நாம் இப்போது கோமளாவுக்கு வருவோம். எப்படி கோழிமூட்டி என்ற அடைமொழி அவள் பெயரின் முன் வந்தது, என்ன காரணமாக இருக்கும் எனப் பெரிதாக யாரும் மண்டையை உடைத்துக்கொள்ள வேண்டாம். வலது கையினால் நேரே மூக்கைத் தொடுதல் மற்றும் வலதுகையை தூக்கித் தலையைச் சுற்றி மூக்கை தொடுதல் என்ற இருவேறு தத்துவங்களில் படிப்பவர்க்கு எவ்வித சிரமமும் வைக்காதது முதல் வகையிலேயே அடங்கிவிடுவதால் கோமளாவின் அப்பட்டமான செய்கைகளினாலேயே அவளுக்கு இப்பெயர் இயல்பாக ஒட்டிக்கொண்டது எனலாம்.

கோமளாவின் கோள்மூட்டுதல் என்பது ஆரம்பத்தில் வெகு இயல்பானதாக ஒரு பிரச்சனையிலிருந்து தன்னைத் தற்காத்துக் கொள்ளும் விதமாகவே இருந்தது. பின்பு நாளொரு மேனியும்

பொழுதொரு வண்ணமுமாக வளர்ந்து செழித்தது. மெல்ல கை, காது, மூக்கு வைத்து இடையிடையே மானே, தேனே, பொன்மானே உடனெல்லாம் பிணைத்து அவள் கலக்கிக் கொடுத்த ஜிகிர்தண்டாவை பருகியவர்களுக்கு அடிவயிறு கலங்கிப்போகும். பத்து விரல்களின் ஜாலத்தை முன்வைக்கும் நாலுகால் பின்னலைப்போல் அத்தனை லாவகமாக அவள் தடத்தின் நடை பின்னுவாள். அதில் எதுவுமே பொய் இருக்காது என்பதுதான் விசேஷம். உண்மையை, வேறு விதமானக் கண்ணோட்டத்துடன் வெளிப்படுத்துவது அவளின் சிறப்பு. உண்மையிலேயே இப்படி இருக்குமோ அப்படி இருக்குமோ எனச் சம்பந்தப்பட்ட இடத்தில் இருந்த சம்பந்தப்பட்டவர்களே குழம்பிப் போகும் வண்ணம் முடிச்சுகள் போடுவாள். எதிர்பதத்தினர் இவளின் ஒவ்வொரு முடிச்சினையும் மெல்ல அவிழ்த்து முக்கி முயங்கி முன்னேறுவதற்குள் அவளின் புதுப்புது இடியாப்ப சிக்கல் இணைப்புகளுடன் சிறைபட்டுவிடுவர்.

ஒரு புரட்டாசி மாத செவ்வாய்க்கிழமையில்தான் முதன்முதலில் இவளின் கதாகாலட்சேபம் ஆரம்பம்,ஆனது. அப்போது அவளுக்கு ஒரு பத்து வயதிருக்கும். பக்கத்து ஊர் திருவிழாவுக்கு கோமளாவையும் உடன் அழைத்து வந்திருந்த அவளது தந்தை நாக்கு செத்துப் போன ஒரு அதீத ஏக்கத்தில் அசைவ உணவகத்துள் நுழைந்துவிட்டார். அவருடன் சேர்ந்து வயிற்றுக்குள் நன்கு மேடு கட்டிவிட்டு வீடு சேர்ந்ததும், “அம்மா... அப்பா எனக்குக் கோழி பிரியாணியும் எறால் தொக்கும் வாங்கிக் கொடுத்துச்சு” என வக்கணையாக உண்மையைப் போட்டு உடைத்துவிட்டாள்.

‘வீட்டில் யாரிடமும் சொல்லாதே’ என்று ஒவ்வொரு வாய் ஊட்டும்போதும் சொல்லியும் இந்தக் குட்டிச்சாத்தான் இப்படி சொல்லித் தொலைச்சிடுச்சே என்ற பெரிய ஆதங்கம் அவளது அப்பா தண்டபாணிக்கு எழுந்தது. அப்போது தண்டபாணி தன் தாய், இரு சகோதரர் குடும்பங்களுடன் பெரிய கூட்டுக்குடும்பமாக வசித்தார். ‘பெரியவர்’ என்றாலே வீட்டில் எல்லோருக்கும் பெரிய மதிப்பு. தன் அப்பாவுக்குப் பயப்படாத வாண்டுகள் கூட பெரியப்பா என்றால் பயத்தில் படாதபாடுபடும். அப்படி இருந்தவரை தன் தாய் நடு கூடத்தில் வைத்து நாக்கில் பல்படும்படி பேசியது தன் தன்மானத்திற்கு நேர்ந்த இழுக்கென கருதி அதுமுதல் அசைவம் சாப்பிடுவதையே அறவே விட்டுவிட்டவர்.

ஆக, முதல் சம்பவமே வெகு தரமான சம்பவமாக அரங்கேறிப்போக, கோமளாவின் கோள்மூட்டுதலுக்கு மதிப்புக் கூடிப்போயிற்று. அன்றுடன் அவளை ஒதுக்கியவர்தான், அதுமுதல் தன் இளைய மகளான கோட்டீஸ்வரியையே எவ்விடத்துக்கும் அழைத்துப் போக வாடிக்கையாக்கிக்கொண்டார்.

இப்படித்தான் வீட்டில் நிரந்தரமாக தங்கி இருந்த தன் மாமா மகன் நவீன் அலட்சியமாகச் சொல்லும் சின்னச்சின்னப் பொய்களையெல்லாம் திரித்துப் பெரிய சரமாகத் தொடுத்துக் காத்திருப்பாள். ஊரிலிருந்து தன் பிள்ளையை ஆசையாகப் பார்க்க வருவார் மாமா. அப்போது இவள் வாயால் பற்ற வைத்து அறை அதிர அதிர வெடிக்க வைப்பாள். அவளுக்கென்றிருக்கும் முறைமாமன்கள்கூட விட்டால்போதும் என்று பின்னால் விலகி ஓடியது இதன் பிறகுதான்.

கோமளா ஏன் இப்படி ஆகிப்போனாள் என்று சற்றே உள் நுழைந்து ஆராய்ந்து பார்த்ததில் கோமளா அவள் வயதொத்த பிள்ளைகளின் உயரத்தைவிடச் சற்றே குள்ளம். சகலரும் அவள் வகுப்பில் 'குள்ளச்சி… குள்ளச்சி' என அடையாளப்படுத்தத் தொடங்கியிருந்த நேரம். இந்த அடைமொழி அவளை ஒரு பலவீனமான நிலையை நோக்கி நகர்த்திச் சென்றது. இதிலிருந்து அவள் தன்னை மீட்டெடுத்துக்கொள்ள புதிதாக அவளிடம் வந்து ஒட்டிக்கொண்ட இந்த கோழிமூட்டி என்ற அடைமொழி அவளுக்கு உதவியது.

"ஏய்… அதோ பாரு கோழிமூட்டி கோமளா வரா… எல்லாரும் அடக்கி வாசிங்க டீ" என அவள் வருகைக்கு வகுப்பறையே வழிவிட்டு ஒதுங்கியது, அவளுக்கு பெரும் கௌரவத்தைக் கொடுத்தது. குள்ளச்சி கோமளாவாக இருந்த தன் இமேஜ் கோழிமூட்டி கோமளாவான மேல் பல மடங்குக் கூடிவிட்டதாக ஒரு மாயை அவளுக்கு. அது முதல் அவள் அப்பாத்திரத்துக்கு அச்சு அசலாய் பொருந்திப் போனாள்.

பொதுவாக இப்படிப்பட்ட பிள்ளைகளை ஆசிரியர்களுக்கு இயல்பாக பிடித்துப்போகும். ஏனெனில்தான் வகுப்பறையில் இல்லாத நேரங்களில் என்னென்ன நடந்தது, யார் யாரெல்லாம் மதிய உணவு இடைவேளையின்போது வைக்கப்படும் சிறுதேர்வுகளில் காப்பி அடிக்கிறார்கள் என புட்டுப்புட்டு வைப்பார்கள். இன்று யார் யாரெல்லாம் ஆசிரியர் சொன்ன வீட்டுப் பாடங்களை முடித்து வரவில்லை, வகுப்பில் யாருக்கும் யாருக்கும் லடாய், யாரை யார் எப்படித் திட்டிச் சண்டை போட்டுக்கொண்டார்கள், பிற பாட ஆசிரியர்கள் அத்தனைப் பாடங்களையும் முடித்துவிட்டார்களா

என்பது வரை ஆசிரியரின் பசிக்கு ஏற்ப அறுசுவை உணவுடன் விருந்து வைப்பாள். இதில் விசேஷம் என்னவெனில் ஒவ்வொரு ஆசிரியருக்கும் அதே திறத்துடன் பரிமாறுவதுதான், ஆனால் அவள் சொல்வது அத்தனையும் உண்மை, உண்மை, உண்மை மட்டுமாகத்தான் இருக்கும். இதனால் சமயங்களில் பலரது வயிற்றெரிச்சலுக்கும் ஆளாகி இருக்கிறாள். பாவம், அவள் என்ன செய்வாள்! அவள் டிசைன் அப்படி!

பள்ளிக்காலத்தில் எல்லாம் கோமளா குழந்தையும் அல்லாத பெரியவளும் அல்லாத ஒரு ரெண்டாங்கெட்டான் வயது. அவளை எதனுடனும் சேர்க்கமுடியவில்லை. ஆனால் இன்று அவள் வளர்ந்து பருவ மங்கைக்கே உரிய வனப்புடன் ஜொலிக்கிறாள். அவள் மேனி மட்டுமல்ல கோமளாவுக்கும் வீட்டுக்குப் பெரிய தலைவியுமான பாட்டிக்கும் அப்படி ஒத்துப்போயிற்று. தன் மூன்று மருமகள்களைக் கண்காணிக்கும் முக்கிய பொறுப்புகளை கோமளாவிடமே கொடுத்துவிட்டாள் பாட்டி. கோமளாவின் தாய் நீலாயதாட்சியே அவளிடம் சற்று தள்ளி நின்றுதான் பேசுவாள். வளர வளர அவளுடைய கோள்மூட்டுதல் பண்பும் பல்வேறு பரிமாணங்களைக் கண்டு அவள் பெயருக்குப் பெரும் மதிப்பு சேர்த்தது.

பலர் நினைப்பதுபோல் கோள்மூட்டுதல் என்பது அத்தனை சுலபம் இல்லை. ஏகப்பட்ட முன்னெச்சரிக்கை நடவடிக்கைகள் தேவை. உண்மையில் சில நேரங்களில் போகிறபோக்கில் பொய் சொல்லிவிடலாம். ஆனால் உண்மையை பகிரங்கப்படுத்தத்தான் பெரும் மனப்போராட்டம் தேவைப்படும். ஏனெனில் அவள் தேர்ந்தெடுத்து புழங்கும் களம் அப்படி.. அதிலும் வாய் புளித்ததோ... மாங்காய் புளித்ததோ... என்றெல்லாம் சொல்லிவிடுவதில்லை. சொல்லும் திறன் அறிந்து மிகச்சரியான நேரம் கணித்துச் சொல்லவேண்டும்.

இதில் இன்னொரு வேடிக்கை என்னவெனில், யாருக்கு தெரியக்கூடாது என மறைத்து மறைத்து ஒன்றைச் செய்கிறார்களோ அவர்களிடம் மட்டுமே தேங்காய் உடைப்பது போன்று காரியமாற்றுவது. இங்கு கோமளாவின் குணத்தைப் பற்றிச் சொல்லியாக வேண்டுமே. தெரியப்படுத்த முனையும் சங்கதிகளை அதிகாரப்பூர்வ நபர்களுக்கு மட்டும் விவரிப்பதோடு சரி. வேறு ஒருவரிடத்தும் சம்பந்தப்பட்டவர்களைப் பற்றி களங்கம் ஏற்படுத்த மாட்டாள். அவள் அப்பாவுக்கு ஏற்பட்ட பாதிப்பின் நீட்சியாக அவளிடம் உருமாறியிருந்த மாற்றம்.

இப்படியான தருணங்களில் அவளுக்குள் ஆத்ம திருப்தி வசப்படும். நாயாய் பேயாய் அலைந்தாலும் நல்ல பெயர் எடுக்க முடியாத இன்றைய சூழ்நிலையில் இவளின் செய்கைகளால் நம்பிக்கைக்குரியவளாகிவிடுவாள். இதனால் அவளுக்கான தேவைகள் அனைத்தும் சுலபமாகக் கைசேர்ந்துவிடும். தனக்கான முக்கியத்துவம் கூடிப்போன உணர்வில் முகத்திலும் மனதிலும் எப்போதும் ஒரு கூடுதல் மகிழ்ச்சி தாண்டவமாடும். எல்லோரிடத்தும் தங்கத்தாம்பாள தாங்கல்தான்.

காலப்போக்கில் இவளிடம் விஷயத்தை அறிந்துகொள்ள "கோமளா... இந்த விஷயத்தில் உன் அபிப்பிராயம் என்ன சொல்லு?" என்பதுபோல் துவங்குவார்கள். பின் அவளுக்கென்ன!... காசா பணமா, மடை திறந்த வெள்ளம் போல உச்சி முதல் வேர் நுனி வரை அத்தனை அலசுதலுடன் பொங்கிப் பிரவாகமெடுப்பாள்.

அதிலும் கோமளா மனிதர்களைக் கையாளும் அழகே அழகு. எந்தவொருவரின் பெயரையும் எடுத்தோம் கவிழ்த்தோம் என சொல்லிவிடமாட்டாள். ஊசிக்குள் மெல்ல நூலைக் கோர்க்கும் விதமாய் அவரவர்க்கு ஒன்றாய் அடைமொழிப் பெயர்களை உள்ளிட்டு உள்ளிட்டு லாவகமாய் தைப்பாள். அவள் சூட்டும் அந்த அடைமொழி பெயர்கள் அவ்வளவு அட்டகாசமாக இருக்கும்.

பனைமரத்துல பாதி வளர்ந்த நாகராஜனுக்கு நீட்டக்கழுத்தன் என்றும் ஊரையே உலையில் அடித்து போடும் வடிவாம்பாளுக்கு ஆமைவாய்ச்சி என்றும் செவத்த வட்ட முகம்கொண்ட முல்லைக்கு இட்லிகுண்டான் என்றும் எப்போதும் குட்டித்தூக்கம் போடும் ரேவதியை கோழித்திருடி என்றும் விலாஎலும்பு துருத்தி நிற்கும் சபாபதியை அணில் முதுகன் என்றும் தொடர்ச்சியாகப் பிள்ளை பெத்துக்கொண்டே திரியும் மணிமேகலையை கங்காருவளத்தி என்றும் இன்னும் இன்னும் மனிதர்களைப் பற்றிய அவளின் எண்ண அலைகளுக்கேற்ப விதவிதமாக வித்தியாசமாகப் பெயர் சூட்டுவாள்.

ஏனெனில் உடையவர்களைப் பற்றி ஏற்றிவிடும்போது சம்பந்தப்பட்டவர்களுக்கு மட்டுமே புரியும் லாவகத்தில் இருக்கும், எஞ்சியவர்களுக்கு இந்த அடைமொழிகளால் குழப்பமே மிஞ்சும். அதைப் பற்றி யோசித்து யோசித்து மிரட்சியே மிஞ்சும். யாராக இருக்கும் எவராக இருக்கும் என்ற கேள்வி முடிச்சுகள் பலவித கிளை பிரிந்து மூளையைச் சிறைப்பிடிக்க முயலும். இறுதிவரை இது இவர்கள்தான் என யாரும் அறுதியிட்டு சொல்ல இயலா வண்ணம்

பற்றவைத்தலை சாமர்த்தியமாக கையாள்வது கோமளாவின் வாடிக்கை.

தற்போதைய அவளின் முக்கிய வேலை என்பது தன் ஊரிலிருந்து கல்லூரிக்குச் செல்வது மட்டுமல்ல, வழியெங்கும் பொங்கிப் பிரவாகிக்கும் காதல் லீலைகளை அவரவர் குடும்பத்தாருக்கு சாமர்த்தியமாகப் போட்டுக் கொடுப்பதுதான்.

ஊரிலுள்ள காதல் கிறுக்குகள் அனைத்தும் இவளைக் கண்டால் அந்த கோழிமூட்டி கோமளா வந்துட்டாடி எனப் பச்சைமிளகாயை கடித்தது போல கடுப்பேறுவார்கள். ஜல்லிக்கட்டுத் திருவிழாக்களில் ஏதேனும் மூலைமுடுக்குகளில் நின்று காதல் கதைகள் பற்றி வம்பளந்து கொண்டிருந்தாலும் கோமளாவின் வாசனையை அவ்விடத்தில் முகர்ந்துவிட்டால் போதும், அவிழ்த்துவிட்ட நெல்லிக்காய் மூட்டையாய் சிதறி ஓடிவிடுவார்கள்.

“இவளும் வயசுப் பொண்ணு தானடி. இவளுக்கெல்லாம் காதல், கத்தரிக்கான்னு எந்த எழவும் வராதா? ஊருக்கே நாட்டாம மாதிரி திரிஞ்சிக்கிட்டு நம்மள போட்டு இப்புடி சாவடிக்குறா! நேத்தைக்குக் கூட நம்ம லிங்கேஷ்வரி வீட்டுக்கு தகவல் சொல்லிவிட்டிருக்கா. அவங்க அம்மா அவள பொடச்சி எடுத்துருக்காங்க. காலையில எப்படி தெரியுமா எங்கிட்ட கண்ண கசக்கினா!”

“அடிப் போடி! இவ காதலிக்காட்டியும் பரவாயில்ல... காலா காலத்துல கல்யாணம் ஆகி இந்த ஊரவிட்டுப் போனாப்போதும்”.

“இவல்லான் எங்காவது புருஷன் வீட்டுல குப்பய கொட்டுவாங்குற. வாய்ப்பே இல்ல. வாய வெச்சிட்டு விளக்கெண்ணெய்யா வழுக்க போறா! நல்லா கூட்டுக் குடும்பத்துல வாக்கப்பட்டு மாமியார் இவ முதுக நெய புடைக்கணும். அத என் கண்ணால பாக்கணும். அப்பதான்டீ என் கட்ட வேகும்”.

“ஏய்... இவங்க குடும்பம் ஒரு பெரிய தலக்கட்டு. அந்தஸ்துக்கும் மரியாதைக்கும் ஏத்த மாதிரி டாக்டரோ, இஞ்ஜினியரோ கிடைச்சாலாவது ரெண்டு பேருக்கும் லந்து பண்ணிவிடலாம், இருக்குற நாலு பேருக்கும் ஏற்கனவே கல்யாணம் ஆகி நாலஞ்சு வருஷம் ஆகுது. எவன வெச்சுடி இவள சிக்க வெக்குறது?!

“அடியேய்... இவ அஜித், விஜய் னு வந்தாலே திரும்பிப் பாக்க மாட்டா. அத்தனை அழுத்தக்காரி. நம்ப பாடு ரொம்ப கஷ்டம்டி”.

“ஆமாம் செல்வி, நாமெல்லாம் ஏதோ வெள்ளைக்காரங்களுக்கு பொறந்தவிங்களாட்டும் பேசுரவங்ககிட்டெல்லாம் அங்கிள், ஆன்ட்டினு சலம்பிக்கிட்டுத் திரியுறோம். ஆனா கோமளா இருக்காளே ஒத்த ஆம்பிளையக்கூட அங்கிள்னு கூப்டவ இல்ல. எதிர நிக்குறவன் எவனையும் அண்ணேனுதான் கூப்பிடுவா. அட, ஒரு போன்ல பேச ஆரம்பிக்கறச்சே கூட நம்ம அண்ணாச்சி கணக்கா ’சொல்லுங்க அண்ணே... சொல்லுங்க நொண்ணேம்பா.’ அவ்வளவு விவரக்காரி.

“ம்கும்... அவ ஊருக்கே தங்கா... ச்சிதான்டீ. உங்கண்ணனும் என்கண்ணனும் அவகிட்ட போய்தான் நம்மள துருவித் துருவி விசாரிக்குதுங்க. ஆனா... ஒன்னுடீ இவளும் எவன்கூடயாவது காதல்ல பைத்தியமாச் சுத்தத்தான் போறா. அத நாம பாக்கத்தான் போறோம். நம்ம சந்தோஷத்துல கைவெச்சவளுக்கு இனிமேதான்டீ இருக்கு கச்சேரி.

“ஏய்... புலம்புனதுபோதும்”. அவ வர்றா பாரு. எல்லாம் கமுக்கமா இருந்துக்கோங்கடீ”.

புத்தம் புது மலர்போல அத்தனை மலர்ச்சியாய் பாவாடை தாவணியில் வந்துகொண்டிருந்தாள் கோமளா. நீண்ட ஒத்தைச் சடை. அதில் நீளமாய் தொங்கிக்கொண்டிருக்கும் முல்லைப்பூ இவளது நடைக்கேற்ப அசைந்த வண்ணம் இருந்தது. அந்த கிராமத்தில் பெரும்பாலான பெண்கள் சுடிதாருக்கு மாறிவிட்டாலும் கோமளா மட்டும் விதவிதமான பாவாடைத் தாவணியில்தான் வலம்வருவாள். அவளைப் பொறுத்தமட்டில் அவள் அணிவதுதான் புதுப்பாணி. தனித்து அடையாளப்படுவதால் உண்மையில் தேவதைபோல் அனைவர் மத்தியிலும் அவள் உலா இருக்கும்.

இன்றும் கத்திரிப்பூ வண்ணத் தாவணியில் இவர்களை நோக்கி முன்னேறி வந்தவளை மஞ்சு விழுங்கிவிடுவதுபோல் பார்த்துக்கொண்டிருந்தாள். திருவிழா சார்ந்து மாரியம்மன் கோவிலுக்குப் போய் சாமி தரிசனம் செய்வதுதான் அவர்களின் இன்றைய நிகழ்ச்சி நிரல்.

உருண்டைக் கண்களுடன் தோழிகளுடன் ஒன்றாகச் சாமி கும்பிட்டாள் கோமளா. தோழிகள் இவளுக்கு எதிராகக் கூட்டுப் பிரார்த்தனையில் தீவிரமாக இருந்தனர்.

“ஆத்தா... இவ மாஞ்சு மாஞ்சு ஒருத்தன காதலிக்கனும், அத இவ வீட்டுக்காரங்களுக்கு நாங்க சேந்து வத்தி வெச்சி பிரிக்கனும். இது உன்மேல சத்தியமா நடக்கனும் தாயி”.

இவர்களின் பொல்லாத வேண்டுதல் பலனோ கோமளாவின் விதிப்பலனோ ஊருக்குள் உறவுக்காரப் பையனாகப் புதிதாக வந்திறங்கிய கபிலன் வாய்சொல்லில் வீரனாக இருந்தான். தன் சித்தி மகள் திருமணத்திற்கு வந்தவன் மச்சான் குணசுந்தரனுடன் குரூப் 1 தேர்வுக்கு இந்தக் கிராமத்து சூழ்நிலையில் தயாராவது என முடிவு செய்து தங்கிவிட்டான். கோமளாவின் வீட்டிற்கு எதிர்திசையில் பத்து வீடுகள் தள்ளியிருந்தது கபிலனின் உறவினர் வீடு.

கேள்வி பதில்களின் நீள, அகல தொகுதிகளில் மூழ்கி முத்தெடுத்துக்கொண்டிருந்தவன் ஊரில் வலம் வந்த கோமளாவையும் ஆராயத் தொடங்கினான். போட்டோகிராபியில் ஆர்வம் எனச் சொல்லி ஊரில் கண்ட இடத்தையெல்லாம் புகைப்படம் எடுத்துக்கொண்டிருந்தான். அவன் கண்ட இடத்தில் எல்லாம் கோமளா நிறைவாக இருந்தாள். கோணல் மானல் இடங்களையெல்லாம் கேமராவில் சுட்டுத் தள்ளியவனுக்கு கோமளா போன்ற பெண் கிடைத்தால் சும்மாவிடுவானா!

கர்ணனின் கவசகுண்டலம் போல எப்போதும் கழுத்தில் தொங்கும் கேமரா, 24 மணி நேரமும் உடன் பயணிக்கும் இருவேரு ஆண்ட்ராய்டுகள், முகத்தில் அதிமெல்லிய டிரிம் செய்யப்பட்ட தாடி, ஒளிபொங்கிய கண்கள், அலட்சிய உடல்மொழி, சமயத்தில் தீவிர சிந்தனை, சந்தடிக்கெல்லாம் நகைச்சுவை என கபிலன் முழுக்க முழுக்க விசித்ரமானவனாய் தெரிந்தான் கோமளாவுக்கு.

“உங்களை ஒரு போட்டோ எடுத்துத்தரவா? என்றபடிதான் முதலில் தொடங்கினான் கபிலன். உங்க ஊரு போட்டோகாரர் மாதிரியே 3 காப்பி தரேன். சத்தியமா பத்து பைசாக்கூட தரத்தேவையில்லைங்க” என்றான். அவள் தெத்துப்பல் தெரிய அழகாகச் சிரித்தாள்.

உலக விதிகளின்படி காதல் மெல்ல தன் வலைக்குள் இருவரையும் வளைத்துப் போட்டுக்கொண்டது. இருவரின் கண்களும் ஒருவரையொருவர் சந்தித்துக்கொண்ட புள்ளிகளில் எல்லாம் அவர்களின் இதயங்களின் உள்ளே இளையராஜாவின் பின்னணி இசை உச்சஸ்தாயியில் ஒலித்துக்கொண்டது. அவர்களுள் காதல் ஒரு இசையைப்போல் உள்நுழைந்து மனதுக்குள் இறங்கி மாயாஜாலம் செய்தது.

பின் வெவ்வேறு தருணங்களில் இருவரும் சந்தித்துக்கொண்ட வேளைகளில் எல்லாம் இருவரும் அவர்களுக்கான வாழ்க்கையை வாழ்ந்து பார்த்துக்கொண்டனர். தனித்த ஒரு உலகத்தில் உயர உயர

பயணித்து பித்து நிலையை அடைந்திருந்தார்கள். அவர்களுடைய பகலும் இரவும் காதலால் மட்டுமே நிரம்பி வழிந்தன. இருவரும் ஏதொன்றுக்கும் வாய்பேசாது நுட்பமான மனித உணர்வுகளை நெஞ்சின் வாயிலாகவே கடத்தி, பரிமாறிக்கொண்டனர். கொலுசதிர நடந்த அவளின் இயல்பு மென்னடைக்கு மாறிவிட்டிருந்தது.

அவள் இதுவரை பேசிய வார்த்தைகளையெல்லாம் இதயத்தின் ரகசிய அறையில் பூட்டி வைத்தாற் போன்ற வெறுமையுடன் அவனை எதிர் நோக்கினாள். காதலில் ஒளிந்திருக்கும் மிக மெல்லிய காமத்தின் பால் இருவரும் தங்கள் தூக்கத்தைத் தொலைத்திருந்தனர். பரபரப்பில்லாத அதிகாலை நேரங்களிலேயே இருவரும் துயில் கொள்ளத் துவங்கினார்கள். எப்பொழுதும் அவர்களின் கண்கள் சிவப்பேறியே கிடந்தன.

போதாக்குறைக்கு இவர்கள் சந்திக்கும் வேளைகளில் எல்லாம் ‘தென்றல் வந்து தீண்டும்போது’ எனும் இளையராஜா பாடலை தன் அலைபேசியில் அதன் அடவு தேயத் தேய ஒலிக்கவிடுவான்.

தன்னுள் இத்தனை பெரிய மாற்றங்கள் காதல் எனும் அற்புதத்தால் மட்டுமே நிகழ்ந்துள்ளது என்பதை மெல்ல மெல்ல கோமளா உணரத் துவங்கிய வேளை. காதல் அவர்கள் இருவரையும் தனக்குள் அமிழ்த்தி அமிழ்த்தி மூழ்கடித்துக்கொண்டிருந்தது. மேலெழ முடியாத ஆழத்துக்குள் அமிழ்ந்துபோன அவர்களுக்குத் திருமணம் மட்டுமே மீண்டு வெளிவருவதற்கான ஒரே மார்க்கம். கோமளா சமநிலை மீறி கரைகடந்துக்கொண்டிருந்தாள்.

அவளின் ரகசிய புன்னகை ஏற்படுத்திய கிளர்ச்சியைக் கட்டுப்படுத்த முயன்று முயன்று தோற்றுப் போனான் கபிலன். அது ஒரு சர்ப்பத்தைப்போல் அவனைச் சீறத் தொடங்கியது. கபிலன் சார்ந்து தனக்கு வாய்த்த மௌனம் எப்படி இத்தனை அழுத்தமாய் நிலைபெற்றது என்பது இன்னும் கோமளாவுக்கே பிடிபடாதது.

கோமளாவின் தோழிகளுக்கு இவர்களின் காதல் அரசல் புரசலாக தெரிய வர உள்ளூர மகிழ்ந்து போனார்கள். இன்னும் இன்னும் அவள் காதல் உணர்வின் உச்சத்தைத் தொடவேண்டும். அப்போதுதான் பிரிவு ஏற்படும்போது தாக்கம் அதிபயங்கரமாக இருக்கும் என உள்ளுக்குள் கொண்டாடினார்கள்.

நாளாக நாளாக கோமளா பேரமைதிக்குள் மூழ்கிப்போனாள். அவளின் இந்தப் பேரமைதி தோழிகளைத் திக்குமுக்காடச் செய்தது.

ஆக இவர்களின் இந்தக் காதல் வெளிப்பட வேண்டிய காலம் கனிந்துவிட்டதாகக் கருதினார்கள் தோழிகள். மஞ்சுவுக்கு மட்டும் மனது அடித்துக்கொண்டது.

"ஏய் செல்வி... போனா போகுது பாவம்,விட்டுடுங்கடி. நம்மபட்ட வேதனய கோமளாவும் படணுமா? எதையும் அவங்க வீட்டுக்குக் கொண்டுபோக வேணாம். ஒரு வகையில அவ கல்யாணமாகி வேற ஊருக்குப் போனாலே நமக்கெல்லாம் விடுதலதான!"

"நீ வேணா அவளுக்குப் பாவம் பாரு. ஆனா நாங்க மாட்டோம். மறந்துட்டியா! ஆஞ்சனேயர் கோவில் வாசல்ல வெச்சி அவகிட்ட எவ்வளவு மன்றாடி இருப்பேன். எங்க வீட்டுக்குச் சொல்லாதடி... சொல்லாதடினு. கேட்டாளா அவ! கூறுகெட்டவ மாதிரி என்வாழ்க்கையில கும்மியடிச்சால்ல. அவ கண்கலங்கி கல்... லா போறத நான் பாத்தே ஆகணும். நீ வேணா விலகிக்க. நாங்க மாட்டோம். என்னடீ சொல்லுறீங்க?"

சொல்லிவிட்டுப் பக்கத்தில் நின்றிருந்த கீர்த்தனாவையும் புனிதலட்சுமியையும் பார்த்தாள் செல்வி.

"நீ சொல்றதுதான்டீ சரி. சின்ன வயசுல பள்ளிக்கூடத்துக்கு போகாததையும் திருட்டு மாங்கா பறிச்சு திங்கறதையும் பெத்தவங்ககிட்ட சொன்னா. ஏதோ போனா போகுதுன்னு பார்த்தா, பொழுதன்னிக்கும் நம்மள வேவு பாத்து மூக்கொடைக்கறதையே வேலையா வெச்சிருந்தா என்ன பண்றது? நாமளும் பதிலுக்கு தாக்குவோங்குறது தெரியணும்டி அவளுக்கு.

"யாரோட அழுகையாலும் கஷ்டத்தாலயும் நாம வாழ்ந்துட முடியாது செல்வி. அவ ஏதோ வெவரங்கெட்டத்தனமா செஞ்சுட்டா. அதுக்காக அவள பழிவாங்குறது வேணாண்டீ". மஞ்சு மறுபடியும் கோமளாவுக்குப் பரிந்து பேசினாள்.

"நீ சும்மா இருடி. வாழ்க்கையில தோக்கற வலினா என்னனு அவளுக்குத் தெரியணும். நாளைக்கு நெறஞ்ச பௌர்ணமி. அவ வீட்டுல இத தெரியப்படுத்தி அவ காதல் வாழ்க்கைய அமாவாசை ஆக்குறேன் பாரு."

அவர்கள் எண்ணப்படி மிகச்சரியாக பௌர்ணமியன்று தோழிகள் கொளுத்திப்போட்ட திரிகள் எதிர்வந்த அமாவாசைக்குள், எதிர்பாராவிதமாக கோமளாவையும் கபிலனையும் திருமண பந்தத்துக்குள் இணைக்கும் அச்சாரத்தை உறுதிப்படுத்தியது.

இந்த அதிசயத்தை எண்ணி அந்தத் தோழிக்கூட்டம் வயிற்றிலும் வாயிலும் அரற்றிக்கொண்டது. இரு குடும்ப பின்னணியும் சமஅளவு அந்தஸ்தில் சீராகப் பயணித்ததால் எந்தவிதச் சங்கடமுமின்றி இவர்கள் காதல் வாழ்வு கல்யாணத்தில் பேசி முடிவாகியது. தோழிகள் இறுதி வரையில் போராடிப் பார்த்தனர். எவ்வெவ் வகையிலோ சிண்டு முடிந்தும் பொய் புரட்டுகளை அள்ளிவிட்டும் ஒரு சின்ன காய் நகர்த்தலைக்கூட கோமளா விஷயத்தில் அவர்களால் மேற்கொள்ள இயலவில்லை.

அப்பொழுதுதான் அவர்களுக்கு ஒரு விஷயம் உரைத்தது. அவ்வளவு சுலபமானதில்லை கோள்மூட்டுதல் எனும் செயல் என்பது. கோமளா எத்தனை பெரிய ஒழுங்கை, நேர்த்தியை இதுவரை கையாண்டிருக்கிறாள் என்பதும் தன் உடல்மொழியில், முகக்குறிப்பில் எத்தனை லாவகமாக மொழிபெயர்த்திருக்கிறாள் என்பதும் தெரிய வர அனிச்சையாக கைகள் வளைத்து கோமளாவைத் திருஷ்டிக் கழித்தாள் செல்வி.

ஒரு துரதிஷ்டவசமான நேரத்தில் அதிர்ஷ்டவசமாக கோமளாவின் பக்கம் சாயத் தொடங்கினர் தோழிகள். இறுதியில் "போனா போகட்டும்டீ, அவளால நம்மளவிட்டுக் கழண்டு ஓடின அத்தன பயலுகளும் குடிகாரக் களவாணிங்க. ஒரு வேள சாப்பாட்டுக்கே வக்கத்த பசங்க. இவனுங்க எங்க நமக்கும் சேத்து வெச்சு கஞ்சி ஊத்துவானுங்க! நம்மள பெத்தவங்களே நம்மள நல்லபடிக் கல்யாணம் பண்ணி கரை சேப்பாங்கன்ற நம்பிக்கை இருக்குடி!"

அவளின் திருமண அழைப்பிதழை கையில் வைத்தபடி கூட்டம் கூடிய வேகத்தில் இப்படிப் பேச்சைத் தொடங்கினாள் புனிதலெட்சுமி.

“வெளியூருக்கு வாக்கப்பட்டுப் போற அவளாவது நல்லபடி இருக்கட்டும். நாளைக்கு அவமுகூர்த்தம். வாங்கடி காலையில கிளம்புவோம். தெரிஞ்சோ தெரியாமயோ அவ நமக்கு நல்லதுதான் செஞ்சிருக்கா" மஞ்சுவின் பேச்சு அவர்களின் மனங்களை நனைத்தது.

கோமளாவுக்கும் கபிலனுக்கும் திருமணம் இனிதே நடந்தேறி பின் சடங்கு சம்பிரதாயங்கள் மண்டபத்தில் தூள் பறந்தது. யதேச்சையாக இருவரின் கைகள் உரசிக்கொண்ட வேளைகளில் எல்லாம் தீப்பிடிக்கும் தகிப்பில் உடல்கள் பற்றி எரிந்தன. எப்பொழுது இரவு வரும் என்று ஏங்கிப்போய் கிடந்தனர்.

முதல் இரவை அர்த்தமுள்ளதாக்க துவக்கத்தில் கதைகள் அளந்தபடி வாய் ஓயாமல் பேசினான் கபிலன். 'வளவள' பேச்சுக்கு சொந்தக்காரியான கோமளா ஏனோ மௌனியாகிப் புன்முறுவலுக்காக மட்டுமே இறுக ஒட்டிப்போயிருந்த தன் இதழ்களை விரித்தாள். தொலைந்து போன தங்களை அவன் அவளுக்குள்ளும் அவள் அவனுக்குள்ளும் தேடத்தொடங்கினர். ஒரு இலக்கற்ற நாடோடிபோல் அவள் உடல் முழுதும் மேய்ந்து திரிந்தான் கபிலன். அறை முழுதும் உஷ்ணம் பரவியது. வாழ்வின் சடுகுடு விளையாட்டை எவ்விதியும் பின்பற்றாமல் ஆடத்தொடங்கினர். கபிலன் உடலை கோமளா தனக்குள் அனுமதித்திருந்த முக்கியத் தருணத்தில் அவள் காது மடல் அருகில் குரல் குழைய சொக்கிப்போய் அவன் இப்படிச் சொன்னான் 'குள்ளச்சி' என்று.

நெட்டையும் குட்டையும் இணைந்த ஒரு முரணின் புள்ளியில் தன்னை முழுதும் தொலைத்துவிட்டிருந்த அவளுக்கு தன் உயரம் சார்ந்து சொன்ன சொல்லில் கோபம் வராது, முதன்முறையாக 'வெட்கம்' வந்தது.

10
தூபம்

ஒரு பூடகமான கவிதையை வாசிப்பதுபோல் இருக்கும் முரளியிடம் பேசுவது. அவ்வளவு எளிதில் எதையும் உடைத்து பேசிவிடமாட்டான். வார்த்தைகளை அளந்து எடுத்ததுபோல் பார்த்துப் பார்த்துதான் பேசுவான். எதையும் சுலபமாக அவன் வாயிலிருந்து வாங்கிவிட முடியாது. எந்த ஒரு கேள்விக்கும் அவன் மனதில் போட்ட தீர்மானத்தின்படிதான் பதில் வரும். ஆனால் முரளியின் மனைவி வதனி அப்படி இல்லை. அவனுக்கு நேர்மாறானவள். ஒரு சாரல் மழைப்போல் சீராகப் பேசுவாள். மழையை ரசிக்காதவர்கள் கூட அவள் பேச்சை ரசிப்பர். கலகலப்பாகப் பேசுவது மட்டுமல்ல, கண்களால் எதிராளியை கூர்ந்து கவனிப்பது, காட்சிகளுக்கு ஏற்பப் பிரகாசமாய் சிரிப்பது, சொல்வதை ஆழ்ந்து கேட்பது என வதனியின் உடல்மொழியில் அனைத்தும் இருக்கும். இதனாலேயே இருவருக்கும் பொருத்தம் தூள் பறக்கும். பார்த்துப் பார்த்து பேசும் முரளிக்குப் பக்குவமாய் பல விஷயங்களைப் புரியவைப்பது வதனிதான்.

பொதுவாகக் குடும்பங்களில் குழந்தைகளை முன்னிறுத்தி பல வாக்குவாதங்கள் தோன்றும், மறையும். ஆனால் இவர்களுக்கு அந்த வாய்ப்பும் இல்லை. வசிக்கும் அந்த விஸ்தாரமான வீடு இவர்கள் இருவரின் குரலை மட்டும்தான் கேட்கவேண்டும் என்ற நிலை. இருந்தாலும் அவ்வப்போது இருவரின் பேச்சிலும் சிராய்ப்புகள் இருக்கும். இருவரின் உரையாடல்கள் சமயத்தில் விவாதங்களாக மாறி சூடு பறக்கும்.

"எனக்கென்னவோ இந்த இடம் நம்ம வீடாகறதுக்கு முந்தி நாட்டாமை தீர்ப்பு சொல்ற ஆலமரத்தடியா இருந்திருக்கும்னு நினைக்கிறேன்" என்பான் முரளி.

"அட நாட்டாமை இடமா இருந்திருந்தா நல்லா இருந்திருக்குமே. சட்டுபுட்டுன்னு ஒரு தீர்ப்பாவது கிடைக்கும். இது ஏதோ சப்

கோர்ட்டாதான் இருந்திருக்கும் போல. உங்களுக்கும் எனக்கும் வருஷ கணக்கா வாய்தா மேல் வாய்தா போகுது" என மறுப்பாள். குதர்க்கமும் குதூகலமும் நக்கலும் நையாண்டியும் கலந்து இருக்கும் அவள் பேச்சில்.

குழந்தை இல்லை என்ற ஒரு குறையைத் தவிர இருவரின் வாழ்க்கையும் நிறைவாகவே பயணித்துக்கொண்டிருந்தது. இருவருக்கும் அருகாமை இடங்களிலேயே வேலை. ஒன்றாகக் கிளம்பி மாலை ஒரே நேரத்தில் வீடு திரும்பிவிடலாம்.

ஒருவிடுமுறை நாளின் பகல்பொழுது வேளையில் வதனி வாயைத் திறந்து வைத்த கோரிக்கைதான் நவக்கிரகக் கோயில்களுக்குச் சென்று வருவது.

"என்ன திடீர்னு?" என்று படித்துக்கொண்டிருந்த புத்தகத்திலிருந்து கண்களை விலக்கி அவளைப் பார்த்தான் முரளி.

"திடீர்னு இல்ல. ரொம்ப நாளா மனசுல ஓடிட்டு இருந்ததுதான். நேரம் கைகூடி வராம நானே பல நேரம் நினைச்சுவிட்டுட்டேன். நம்ம ஆபீஸ் ஸ்டாப் ராமானுஜம் சார் இல்லை... அவர் பொண்ணு போன வருஷம் இந்த நவக்கிரக கோவிலுக்கு எல்லாம் போயிட்டு வந்தாங்க. மூணு நாளைக்கு முன்னாடி குழந்தை பொறந்திருச்சுனு கையில் லட்ட எடுத்து வந்து நீட்டுறா. நாமளும் இந்த டாக்டர் வீட்டுக்கு நடையா நடந்தோமே ஒழிய கோயில் குளம்னு எதுவும் போகல. அப்படி போயிருந்தாலாவது ஏதாவது நடந்து இருக்குமோ என்னமோ."

"யாரைச் சொல்லி என்ன பிரயோஜனம்! கல்யாணமாகி பதினேழு வருஷம் முடிஞ்சிடுச்சி. இதுக்கு அப்புறம் குழந்தை எதிர்பார்க்குறது முட்டாள்தனம். நமக்கு இதுக்கப்புறம் குழந்தை பிறந்தாலும் வேற வேற பிரச்சினைங்க எல்லாம் முளைக்கும். அதுமட்டுமில்ல நாம ரொம்ப வயசான பெற்றோராத் தெரிவோம். அதோட குழந்தையையும் சரிவர பார்த்து வளர்க்க முடியாது. அதோட நாம இந்த வாழ்க்கைக்கு பழகிட்டோம். காலாகாலத்துல நடக்காம தவறிப்போன விஷயம் திரும்பக் கிடைச்சாலும் அதுல ஒரு தடுமாற்றம் இருக்கும். அதனால நீ வீணா ரொம்ப யோசிக்காத."

"காலா காலத்துல கிடைக்கலதான். ஒத்துக்குறேன். ஆனா நாம அதுக்காக எவ்ளோ ஏங்கியிருக்கோம், ஆசைப்பட்டிருக்கோம். உங்கள நான் ஹாஸ்பிடலுக்கு கூப்பிடல, கோயிலுக்குத் தானே கூப்பிடுறேன்".

“கோவிலுக்குன்னு கூப்பிடு வரேன். ஆனா பரிகாரம் பண்ணனும் புனஸ்காரம் பண்ணனும்னு கூப்பிடாத. வரமாட்டேன், என்று குரலை உயர்த்தி பேசியவன், “ஏன் இதை செய், அதை செய்னு நீ தெனம் பாக்குற ராசிபலன்ல ஏதாவது சொன்னாங்களா? அம்மா தாயே, மொதல்ல இந்த ராசிபலன் பாக்குறதவிட்டுத் தொல. ஒருத்தர் சொல்றது பத்தாதுன்னு சேனல் மாத்தி மாத்தி 2 பேர் சொல்றத கேட்குற. அதிலும் ஒரே நாளில் வெவ்வேறு விதமான பலனா டோட்டலா ஆப்போசிட்டாதான் சொல்றான். அதையும் டைம் வேஸ்ட் பண்ணிட்டு லூசு மாதிரி கேக்குறே!”

“அது சரி, ஊருல உங்கள வாய்பேசாத அப்புராணினு நினைக்குறாங்க. என்கிட்ட மட்டும் பாருங்க... இவ்வளவு நீட்டி முழக்கிப் பேசுறீங்க. நீங்க இப்ப எதுக்குப் பேச்ச திசை மாத்துறீங்க. பிடிவாதம் பிடிக்காம கோயிலுக்கு வந்து சேருங்க”

“இது பிடிவாதமில்லை. காலாகாலத்துல நமக்குக் கிடைக்காத ஒன்னுக்காக இப்போ இப்படி நாம மெனக்கெட வேண்டியதில்லை.”

“சரி சரி, நீங்க ஒன்னும் பண்ண வேண்டாம். என் கூட வந்தாபோதும். சாமி மட்டும் கும்பிட்டுட்டு வருவோம். அந்த டூர் சங்கர் இல்ல... அதான் நம்ம விமலா அக்காவோட மச்சினர் பல வருஷமா நவக்கிரக டூர் கூட்டிட்டுப் போறார். அடுத்த வாரம் சனி ஞாயிறுல மறுபடியும் பஸ் ஏற்பாடு பண்றாராம். நம்ம ரெண்டு பேருக்கும் அட்வான்ஸ் கொடுத்திடவா?”

“ஏன் இப்படி பஸ்ஸு ஆளுங்களோட முண்டியடிச்சுப் போயிட்டு! பேசாம நாம தனியா கார் அரேஞ்ச் பண்ணிட்டுப் போயிடுவோம்.”

“இங்க கார் வச்சுட்டு போறது மேட்டர் இல்ல. ரெண்டு நாளும் கூட ஒரு டிரைவர் இருக்கான்னு ஒரு வார்த்தையும் பேச மாட்டீங்க. வெட்டு வெட்டுனு உங்க முகத்தை நானும் என் முகத்தை நீங்களும் பார்த்து என்ன பேசிட்டு வரதாம்! சொந்த பந்தம்னு நாலு பேரு கூடப் பொறந்து இருந்தாலும் பரவாயில்ல. நீங்களும் நானும் ஒத்த புள்ளைங்க. ஒருநாலு ஜனம் கூட இருந்தா கலாம் புலாம்னு இருக்கும். கொழந்தை, குட்டி, வயசானவங்கன்னு சகல வயசுகொண்டவங்களும் அங்க வருவாங்க. பஸ்ஸுல வர்ற சின்ன புள்ளைங்க நம்ம கூட வரவங்கதானேன்னு உரிமையா நம்மகிட்ட பேசுவாங்க. மனசுக்கு கொஞ்சம் இதமா இருக்கும். வேணாங்காதீங்க” என்று சொல்லிவிட்டு உடனே படுக்கைக்குச் சென்றுவிட்டாள்.

வேண்டாம் வேண்டாம் என்று சொல்லி வதனியை இன்னும் வதைக்க வேண்டாம் என்று இறுதியில் ஒத்துக்கொண்டான் முரளி.

குறித்த நாளில் சொன்னதுபோலவே நவக்கிரகச் சுற்றுலா கிளம்பிவிட்டார்கள். முரளி பயந்ததுபோல் இல்லாமல் பேருந்தில் அனைவரும் பாந்தமாக இருந்தார்கள். சினேகப் பார்வைப் பார்த்தார்கள். இவர்கள் பேருந்தில் ஏறியதுமே பேச்சுக் கொடுத்து இவர்களை பற்றி அறிந்துகொண்டார்கள். இரண்டு நாட்கள் ஒன்றாகப் பயணிக்க போகிறோம் என்று அவனும் நாலு வார்த்தை பேசி அவரவர் பற்றி தெரிந்துகொண்டான்.

“நாமெல்லாம் காலையில 6 மணிக்கு கும்பகோணத்தில் இருந்தா இந்த நவக்கிரக டூருக்கு ஒரே ஒரு நாள்போதும்” என்றது ஒரு முன் சீட்டு முந்திரிக்கொட்டை.

“ஐயோ, அப்படி மட்டும் போயிட போறீங்க! ஒத்த ஆளா இருந்தா ஓடி ஓடிப் போய் பார்க்கலாம். குடும்பத்தோடு ஆற அமர கொஞ்ச நேரமாவது பகவான் சன்னதியில் போய் நின்னு அவன ஆசைதீர தரிசிச்சிட்டு செத்த நேரம் உட்கார்ந்துட்டு வரணும்னா ரெண்டு நாள தியாகம் பண்ணாத்தான் உண்டு” என்று பதிலடிக் கொடுத்தது பக்கத்து இருக்கை.

“அது என்னவோ வாஸ்தவம்தான். ஒரு சில இடத்துல திடீர்னு கூட்டம் சேர்ந்துடும். அப்புறம் கால்ல வெந்நீர் ஊத்துன கணக்கா கொழந்தை குட்டிய இழுத்திண்டு ஓடிட்டு இருக்க முடியாதுதான்” என்று எதிர்தரப்பினரின் குரல் உறுதிக்கு இறுதியாகப் பணிந்தது அந்த முந்திரிக்கொட்டை.

இப்படியாக இவர்கள் இருக்கையைச் சுற்றிக் கலவையான பல பேச்சுக் குரல்கள். எல்லாமே ஏதோ ஒரு தகவலை நம்மிடம் சொல்வதற்காகவும் அல்லது நமக்கு தெரிந்த சங்கதியாகவே இருந்தாலும் ஒரு புதுவித கோணத்தில் நம்மிடம் வந்து சேர்வதாகவும் உணர்ந்தாள்.

அந்த சொகுசு டீலக்ஸ் பஸ் வேலூரிலிருந்து கிளம்பியது.

“எல்லாரும் சிவாயநமனு சொல்லுங்க” என்று டூர் ஆர்கனைசர் கதிரவன் சொல்ல மொத்த பேருந்தும் அப்படியே வாய் மொழிந்தது.

“ஏய், வதனி. எனக்கென்னவோ திருமலை டூ தென்குமரி படம் பாக்குற மாதிரியே ஒரு ஃபீலிங்” என்று அவளிடம் சொல்லிச் சிரித்தான் முரளி.

“படம் என்ன ஜுஜுபி. ரெண்டு நாள்ல ஒரு படத்தோட ஷூட்டிங் பார்த்த திருப்தி கிடைக்கும் வாங்க வாங்க” என்று அவளும் பதிலுக்கு சிரித்தாள்.

திங்களூர் சந்திரனில் ஆரம்பித்து ஆலங்குடி போய் அங்கிருந்து திருநாகேஸ்வரம் ராகுவைத் தரிசித்துவிட்டுப் பின்பு சூரியனார் கோயில். அதற்கடுத்து கஞ்சனூர், வைத்தீஸ்வரன் கோயிலைத் தொடர்ந்து திருவெண்காடு புதன். அடுத்ததாக கீழ்பெரும்பள்ளம் கேது, பின் திருநள்ளாறு சனி தர்பாரண்யேஸ்வரர் எனச் செல்லவிருக்கும் வழித்தடத்தைச் சொல்லி முடித்தார் கதிரவன்.

“நீங்க எல்லாம் போய் வர்றத பொறுத்து நேரம் இருந்தா இன்னும் நாலு கோயில் பார்க்கலாம்” என இழுத்துப் பிடித்தான் கதிரவன்.

சொல்லி வைத்தார்போல ஒவ்வொரு கோவிலுக்கு முன்பாக வண்டி நிற்க பக்திப் பரவசத்துடன் அனைவரும் கீழே இறங்கினர். பரிகாரம் செய்யவேண்டி முனைப்புடன் வந்தவர்கள் தனிப்பட்ட முறையில் அவர்களுக்கு என்று சொல்லி வைத்த கோயில் குளத்தில் கர்ம சிரத்தையுடன் மூழ்கி எழுந்தார்கள்.

முதலில் போன திங்களூர் குளப்படி முழுவதும் பாசி படிந்திருந்தது.

“பாத்து பாத்து... பாசி வழுக்கப் போகுது” என பல வாஞ்சைக் குரல்கள் குளிப்பவர்களை நோக்கி.

பாதி பேர் கருவறைப் பக்கம் காலடி எடுத்து வைக்க, மீதி நபர்கள் பிரகாரத்தை முதலில் வலம் வந்துவிட வேண்டும் என்ற முனைப்பில் கொடிமரத்துக்கு இடப்புறம் சென்றார்கள். எங்கே எப்படிப் போனாலும் இத்தனை மணிக்கு சரியாக வண்டிக்குள் வந்துவிடவேண்டுமென்று இறங்கும் முன்னே ஒரு நேரத்தைச் சொல்லிவிடுவார் கதிரவன்.

அவரவர் கருவறை சென்றார்களோ, தரிசனம் முடித்து வந்தார்களோ, குளக்கரை போய் கால் நனைத்தார்களோ, கொடிமரத்தில் விழுந்து எழுந்தார்களோ, நேரத்துக்குப் பேருந்திற்குள் வந்துவிட்டார்கள். இதுவும் ஒரு புது அனுபவமாகத்தான் இருந்தது முரளிக்கு.

எல்லா கோவில்களிலுமே சிறப்புத் தரிசன டோக்கன் பெற்றுக்கொண்டு இறைவனை கண்குளிரத் தரிசித்தாள் வதனி. சரவிளக்கு நடுவில் அமைதியே வடிவாக அந்த லிங்க வடிவத்தைப் பார்க்கப் பார்க்க மனம் லயித்துப் போனது அவளுக்கு. வாசனை மலர்கள் சூடப்பட்ட அந்த இறைவனின் தாத்பரியத்தை கண்களால்

பருகி மனதுக்குள் நிறைத்துக்கொண்டாள். ஒவ்வொரு ஆலயத்திலும் வெவ்வேறு அதிர்வலைகள். அமைதியில் தவழ்ந்தும் ஆனந்தக் கூத்தாடியும் பல்வேறு நிலையில் விதவிதமான பொறுமை காட்டியது மனது.

எல்லாமே பல நூறு வருடங்களுக்கு முன் கட்டப்பட்ட கோவில்கள். பழமையான விக்கிரகம்கொண்ட கருவறை. ஆகம விதிப்படி அமைந்த ஆலயங்கள். பிரார்த்தனைகள், வேண்டுதல்கள் என எத்தனை லட்சம் கைகள் நித்தம் நித்தம் கருவறையை நோக்கித் தொழுகின்றன! எனக்கு இதைக் கொடு அதைக் கொடு என்று கேட்கின்றன! அந்த இறை வடிவம் அவளை முழுதும் தன்வயப்படுத்தி ஆற்றுப்படுத்துதல் போல தோன்றியது அவளுக்கு. வரிசையாகச் சென்ற ஒவ்வொரு கருவறையிலும் இதுவே நடந்தது. இறையின் வடிவமும் அழகும் அவளைக் கட்டிப் போட்டிருந்தது. இறை சக்தியும் அவளும் ஒரு மௌனவெளியில் உலவிக்கொண்டிருந்ததுபோல் இருந்தது. கண்கட்டு வித்தைக்காட்டிய எண்ணிலடங்காப் பிரச்சனைகள் அனைத்தும் காற்றோடு காற்றாகப் பறந்துபோனது போன்ற விசித்திரம். இந்தச் சிந்தனைக்கு அப்பாற்பட்டுப் போய் எதுவும் பிரார்த்தனையாக உருப்பெறவில்லை.

இறுதியில் எந்தக் கோரிக்கையையும் இறைவனிடம் முன் வைக்காமல் வெறுமனே கை தொழுதுவிட்டு வெளியே வந்தாள். அங்கே வினாடிகள் கரைய கரைய நிமிடங்கள் நிதர்சனத்தில் நின்றுக் கொண்டிருந்தன.

இது எல்லாமே அவளுக்குப் புதிதாக இருந்தது. வெயிலை அடைகாத்து வைத்திருந்த வெளி பிரகாரத்தைச் சுற்றி வரும் போதெல்லாம் இறுக்கத்தைவிடுவித்துவிட்டு வந்ததுபோல நிறைவு. இப்படி வதனி மௌனக் கடலில் ஏறிப் பயணித்து கொலு மண்டபத்தில் வந்து அமர்ந்தாள்.

இவள் சென்று அமர்ந்த மண்டபங்களில் எல்லாம் எறும்பாய் பின்தொடர்ந்த முரளி, அவளுள் நிலவிய வெறுமையைப் பற்றிக்கொண்டு குழம்பி நின்றான். வதனியின் மனமோ எப்படி மேலே ஏறினாலும் கீழ் இறங்கினாலும் பிடியின் கட்டுப்பாட்டில் பறக்கும் காத்தாடியாய் ஒரே எண்ணத்தைப் பற்றிக்கொண்டு அசைந்துகொண்டிருந்தது.

நாமளும் ஏதோ செய்வோம் என்ற தோரணையில் முரளி முட்டி மடக்கிச் சம்மணம் போட்டு நான்கு வருடத்துக்கு முன் போன

தியான வகுப்பில் பயின்றதை செய்யத் துணிந்துகொண்டிருந்தான். உண்மையில் கண்மூடிக் கிடந்த அவனுக்கு தியான நிலை ஏற்படாது எண்ண அலைகளில் நீந்தினான்.

கொலு மண்டப தூணையே வெறித்துப் பார்த்துக்கொண்டிருந்த வதனியைத் தோளில் மெல்லத் தொட்டு எழுப்பினான் முரளி.

“நேரம் ஆயிடுச்சு பாரு. எல்லாரும் பஸ்ஸாண்ட போயிட்டு இருப்பாங்க. வா வதனி”

நிகழ் உலகத்திற்கு மனம் தாவிக் குதிக்க எழுந்து ஆசுவாசப் படுத்திக்கொண்டு வேகமாக அவனுடன் கோபுரவாசலைக் கடந்து வெளியேறினாள்.

“நவக்கிரக சன்னதி எல்லாம் தரிசிச்சாச்சு. பம்பர் பிரைஸ் அடிச்சா மாதிரி கடைசியா திருக்கடையூர் போற பாக்கியம் கெடச்சிருக்கு” என்றான் கதிரவன். முதலில் ஆளாளுக்கு ஒரு கோவில் சொன்னாலும் கடைசியில் திருக்கடையூருக்குள் அமுங்கிப் போனார்கள்.

வழக்கம் போல சொன்ன நேரத்துக்கு எல்லாரும் வந்துருங்க. டிபன் முடிச்சு திருக்கடையூரில் புடிச்சா அத்தோட நம்ம ஊர்லதான் வண்டி நிற்கும். வண்டி குலுங்கக்குலுங்கச் சொல்லி முடித்தார் கதிரவன்.

இரண்டு நாளாக வண்டியில் ஏறுவதும் இறங்குவதுமான களைப்பு இருந்தாலும் அனைவர் முகங்களிலும் பெரிய திருப்தி நிலவிக்கொண்டிருந்தது. இதோ இறுதியாக திருக்கடையூர் கள்ள வினாயகர், அமிர்தகடேசுவரரை வழிபட்டு மொத்த கூட்டமும் கருவறையைவிட்டுச் சன்னமாக வெளியேறிக்கொண்டிருந்தது. வெளியே தனி மண்டபத்தில் நாளைய திருமணத்துக்கான ஏற்பாடுகள் தீவிரமாக நடைபெற்றுக்கொண்டிருந்தது. ஆயுஷ் ஹோமம், சஷ்டியப்த பூர்த்தி, பீமாத சாந்தி, சதாபிஷேகம் என பல மங்கலங்களுக்காக கலசங்கள் நிறுவப்பட்டு பூஜை பொருட்கள் நேர்த்தியாக அடுக்கி வைக்கப்பட்டிருந்தது. மணிவிழாக் குறித்து அவர்களிடம் ஆர்வமாக விசாரித்துக்கொண்டிருந்தது உறவினர் கூட்டம் ஆங்காங்கே. கருவறைக்கு நேராக இருந்த மண்டபத்திலும் இதேபோன்று ஏற்பாடுகள் கண்ணுக்கு எட்டியது.

தனியாக ஐயருடன் உரையாடிக்கொண்டிருந்த அந்த மணிவிழா ஜோடி வதனியின் கண்களுக்குத் தனியே தெரிந்தார்கள்.

“எங்களுக்குப் புள்ளைங்கன்னு யாரும் இல்லீங்களே’ என்று மெலிதான குரலில் சொல்லிக்கொண்டிருந்தாள் அந்த அம்மாள்.

“அப்படியா! சங்கல்பம் பண்ண யார் யார் வரான்னு அதுக்காக கேட்டேன். அவா இருந்தா ஷேமம். இல்லாட்டாலும் எதுவும் தோஷம் இல்லை.

பெத்தவங்களுக்குப் புள்ளைங்க எல்லாம் சேர்ந்துதான் அறுபதாம் கல்யாணம் பண்ணி வைக்கணும்னு சொல்லுவாங்க. ஆனா பாருங்க, இங்க நெதம் 25 கல்யாணம் நடக்கர்து. அதுல அஞ்சு பேருக்குதான் எல்லாருமா கூடி இருந்து வந்து கல்யாணத்த பண்றா. மீதி எல்லாம் அவா அவாதான் பண்ணிக்குறா. பிள்ளைங்க இருந்தும் பாதி பேருக்கு மேல வெவ்வேற ஊர்கள்லயும் நாடுகள்லயும் இருக்கா. இப்ப இருக்கிற உலக வழக்கம் இது. உங்களுக்கு தெரியாதது ஒன்னும் இல்லை” என்று சொல்லி முடித்தார் அய்யர்.

“இதோ என் மச்சினர் பசங்க இருக்காங்க, அவங்கபோதும் இல்ல சாமி”

“பேஷா”

கள்ள விநாயகர் சன்னதிக்குக் கீழே இறங்கும் படியில் அமர்ந்து இருந்த பெண்களின் கிசுகிசுப் பேச்சுக் குரல் அங்கே வலம் வந்துகொண்டிருந்த வதனியின் காதுகளில் விழுந்தது.

“பாவம் எங்க ஓரகத்தி!”

“ஏன்கா? குழந்தை இல்லைங்குறதுக்காக நிறைய கஷ்டப் பட்டாங்களா?”

“அட நீ வேற! அவங்களுக்குப் படுக்க சுகம் இருந்தாத்தான குழந்த இல்லனு ஏங்குறதுக்கு. மொதலுக்கே மோசம். ம்ம்”

“என்னக்கா சொல்றீங்க?”

“ஆமாம் பூங்கொடி. எங்க மூத்தாருக்குப் படுக்கை சுகம் கொடுக்கிற தகுதி இல்லை”.

“அடக்கடவுளே!” என்றாள் அந்த பூங்கொடி.

வதனி முன்னேறி நடக்க நடக்க அவர்களின் பேச்சு இழை அத்துடன் அறுந்து போயிற்று.

கொடிமரத்தின் எதிரே விழுந்து கும்பிட்டுவிட்டு அங்கே வலம் வருபவர்களுக்கு வழிவிட்டு ஒதுங்கி உட்கார்ந்தாள் வதனி.

வேண்டாம் இந்த ஆன்மிகப் பயணம் என்று முரளி முதலில் மறுத்து பின் ஒத்துக்கொண்ட அந்த இரவை நினைத்துப் பார்த்தாள் வதனி.

படுக்கையில் சிலைபோல் படுத்திருந்தாள் வதனி. தினம் ராசிபலன் பாக்குற என முரளி ஏளனமாகப் பேசியதால் வந்த கோபம். முரளியிடம் சில மணி நேரத்துக்கு முகம் கொடுத்துப் பேசமாட்டாள். தற்போது அவள் தன்னிடம் ஊடல்கொண்டிருக்கிறாள் என்பது கையில் ஒரு புத்தகத்தைப் புரட்டிக்கொண்டு முதுகுக் காட்டிப் படுத்திருந்த அவள் தோரணையிலேயே தெரிந்தது. முரளிக்கு வதனி அடைமழைபோல் அடர்ந்து பெய்துகொண்டிருந்தால் கூட அலுத்துக்கொள்ள மாட்டான். அவள் அவனிடம் மௌனம் சாதித்தால் மட்டும் இருப்புக்கொள்ளாமல் தவிப்பான். அவள் இதழுடன் இதழ் சேர்த்தாவது இணக்கப் படகில் பயணிக்க உடனே துடுப்புப் போடத் துடிப்பான்.

இரவு வேளை அவன் எண்ணங்களுக்கு வலு சேர்த்தது. “வதனி, இங்க பாரேன். மச்ச சாஸ்திரம் பற்றி தெரியுமா உனக்கு?”

அவளைச் செல்லமாக ஒரு புரட்டு புரட்டி தன் பக்கம் திருப்பினான்.

“ராசி பலனுக்கே இந்த அதட்டல். இன்னும் மத்த பலன எல்லாம் பார்த்தா சாருக்கு கோபம் பொத்துட்டு வரும். இன்னும் அத வேற நான் தாங்ணுமா?

“என் பிரண்டு ஒருத்தன் முன்ன சொன்னான். அப்ப நான் அதைப் பெருசா எடுத்துக்கல. ஆனா இப்ப வாட்ஸ்அப்லயும் அதே மாதிரி ஒரு இன்ஃபோ.”

என்ன அது என்பதுபோல் தன் கண்களை அகல விரித்தாள் வதனி. ஊடல்கொண்டிருக்கையில் அவள் இன்னும் ஒருபடி அதிகமாக பிரகாசிப்பதுபோல் இருந்தது முரளிக்கு.

“ஒரு பொண்ணோட உடம்புல எத்தனை மச்சம் இருக்கோ அத்தனை மச்சங்களுக்கு ஏத்த பலன்னு ஒரு அட்டவணை கொடுத்திருக்கான். அதனால உனக்கு எத்தனை இருக்குன்னு வா பார்ப்போம்” என அவளை இழுத்தான் முரளி.

“என்னது... அதெல்லாம் கிடையாது. ஏற்கனவே பலமுறை பார்த்தாச்சு. ஆளவிடுங்க”

“முன்னத்திற்கும் இப்பத்திக்கும் ஸ்டேடிஸ்டிக்கல் ரிப்போர்ட் ஒதைக்குது. டேட்டாலான் தப்புன்னு தோணுது. வா, ஒரு முறை செக் பண்ணி பார்த்துடலாம்.” அவனிடம் இருந்த ஆண்தன்மை மலர துடித்தது.

“இதென்ன மக்கள்தொகை கணக்கெடுப்பா? அப்பப்ப அளவு மாறி வரதுக்கு. ஆள பாருங்க” குரல் குழைவு கண்டது அவளுக்கு.

“அப்படி இல்லடி என் செல்லம். நாள் ஏற ஏற சில மச்சம் மறையும் சிலது புதுசா முளைக்கும். இதுவும் கவர்மெண்ட் மாதிரிதான். சென்சஸ்னா ஒளிவு மறைவில்லாம காட்டித்தான் ஆகணும்” என சொல்லியபடியே கிட்டத்தட்ட அவளை கபளீகரம் செய்ய முயன்றான்.

வார்த்தைகள் குறைந்து தேய்ந்து பெருமூச்சாய் பூத்து பூத்து அடங்கியது.

“உன் மச்சங்களைப் பார்ப்பதற்குள் முடிந்துவிட்டதடி இரவு” என முரளி அவள் காதோரம் கிசுகிசுத்தது இன்றும் நினைவில் தித்திக்கிறது வதனிக்கு.

“என்ன வதனி, அந்த வயசான ஜோடியைப் பார்த்ததும் நம்மள பார்த்தா மாதிரி இருந்துச்சா?” நடந்து வந்து அவள் அருகாமையில் உட்கார்ந்தான் முரளி.

“அதெல்லாம் ஒன்னும் இல்லை”.

“என்ன அப்படியே ரொம்ப அமைதியா ஆயிட்டே?”

“நினைச்சா ரொம்ப ஆச்சரியமா இருக்குங்க . நாம எதையோ நினைச்சு வந்தோம். ஆனால் கடவுள் எதையோ நமக்குப் புரிய வைக்கிறார். ஒவ்வொரு முறை இந்தக் கடவுளப் பார்க்கும்போதும் ஏதோ ஒரு படிப்பினையை, சமாதானத்தை அவர் உள்ளுக்குள்ள கடத்திவிடுறார். நமக்குக் கல்யாணமான ஆரம்பக் காலத்துல இதே கடவுள சேவிக்கிறச்சே... ஏன் கலங்குற உனக்கான காலம் நிறைய இருக்கே! ங்குற மாதிரி ஒரு தேறுதல் வார்த்தை அசரீரி மாதிரி கேட்டுக்கிட்டே இருக்கும். அப்புறம் அப்புறம் அந்தந்த காலகட்டத்துக்கு ஏற்ப என்னை ஆறுதல் படுத்துற மாதிரி இருக்கும். கலங்கிப்போய் நின்ன போதெல்லாம் ஏன் கலங்குற, உனக்கு மேல நான் இருக்கேன். எல்லாம் நான் பாத்துக்குறேன். நிம்மதியாப் போயிட்டு வான்னு சொல்ற மாதிரியே இருக்கும்.

எதையோ நமக்குப் புரிய வைக்க என்னென்னமோ கோடிழுத்து காண்பிக்கிறான். ம்... பெரிய மாயாஜாலக்காரன்தான் அவன். நம்ம கோடு சின்ன கோடுங்கறத பீர்பால் மாதிரி பக்கத்துல ஒரு பெரியகோட்டை நம்ம கண்முன்னே இழுத்துக் காட்டி வித்தை காட்டுறான். கண்கட்டு வித்தைனு சொல்வாங்க. ஆனா இது நம்ம

கண்கட்ட அவிழ்க்குற வித்தையா தெரியுது." ஒரு பெருமூச்சை வாங்கியவள் தொடர்ந்தாள்.

"இப்ப நமக்குக் கல்யாணம் ஆகி பதினேழு வருஷம் ஓடிடுச்சு இப்ப போய் அதே கடவுள் முன்னாடி நின்னா அவர் வேற மாதிரி எனக்குக் காட்சி தர்றார். இப்போ நமக்கு இருக்கிற குறைகளைத் தாண்டி அவரைப் பார்த்துட்டு இருக்கிறதே எனக்குப் பேரானந்தமா இருக்கு. அந்த அழகான அலங்காரம், திவ்யமான முகத்தில் தவழ தேஜஸ், சூழ்நிலைய பத்தி எதுவுமே யோசிக்கவிடாம நம்மள முழுதும் ஆக்கிரமிச்சிக்குற அந்த அற்புதம்னு காலத்துக்கேத்தா மாதிரி என் மனசை எங்கோ முழுகிப் போகாம மாத்தி இருக்கு அந்த சக்தி. எல்லாம் அவன் பார்த்துக்குவான்னு அவன் தலை மேல தூக்கி வெச்சிட்ட மேல என் தலைபாரத்தைத் தொடச்சுவிட்டா மாதிரி ஒரு நிம்மதிப் பெருமூச்சு வருது. எப்பெல்லாம் அவனை நோக்கி போகிறோமோ அப்ப எல்லாம் ஒரு நம்பிக்கையத் திரி கொளுத்திப் போட்டுட்டே இருக்கான். இதுதாங்க வாழ்க்கையிலேயே பெரிய சுவாரசியம். இத நீங்க கவனிச்சீங்களோ என்னவோ எனக்குத் தெரியல."

"என்ன வதனி, வருஷம் கடந்துடுச்சேன்னு விரக்தியில பேசுறியா?"

"இல்லைங்க. அதிலிருந்து வெளிவந்துதான் பேசுறேன். இத்தனை நாளா நமக்கு இன்னும் குழந்தை இல்லைன்னு பெரிய குறையா இருந்தது. இப்ப அந்த நிலையை ஏத்துக்கிற மனப்பக்குவத்தை இறைசக்தி எனக்கு கொடுத்திருக்கு. எல்லாருக்கும் எல்லாம் அமையறதில்ல. நமக்கு கிடைச்ச நிறைகள பாத்து மனசு திருப்திபடுற நிலைய கடவுள் கொடுத்திருக்கான். இது கடவுள் எனக்குப் போட்ட தூபம். ரொம்ப திருப்தியா வீட்டுக்குப் போறோங்க"

இது போன்ற ஒரு மனநிலையை அவளுக்கு ஏற்படுத்த எத்தனையோ முறை முயன்று தோற்று இருக்கிறான் முரளி. அவளின் வார்த்தைகள் அவன் கண்களை லேசாக கசியச் செய்தது. தன் இடது தோள் மேல் சாய்ந்துகொண்டிருந்த வதனியின் தலையை வாஞ்சையுடன் தடவி கொடுத்தான் முரளி.

ஏதோ ஒரு தேவைக்காக, பிரார்த்தனைக்காக, தரிசிப்பதற்காக, பொது இடப்பார்வைக்காக, உள்ளக்குமுறலுக்கான தீர்வாக என வந்திருந்த அந்த மொத்த கூட்டமும் மனதில் இறைவனின் செய்தியாக ஏதோ ஒன்றைப் பெற்றுக்கொண்டு அயர்ந்து தூங்கிக்கொண்டிருந்தனர். அவர்களைச் சுமந்து சென்ற பேருந்து பள்ளம் மேடுகளைத் தாண்டி வேகமாக முன்னேறிக்கொண்டிருந்தது.

11

பாவாடை

இது என்னவோ மொட்டை மாடியில் காயப்போடப் போன துணியின் ஒரு வகை என்று எண்ணிக்கொள்ள வேண்டாம். சாட்சாத் நம் கதாநாயகனின் பெயர்தான் அது. பாவாடை!

இப்படி ஒரு பெயரை தனதென்று சொல்லிக்கொள்ளும் ஒரு ஆணின் மனநிலை எப்படி இருக்கும்?! இதைப்பற்றிய யோசிப்புக்குச் செல்லும் முன் அவன் பெயரால் அவனுக்கு ஏற்பட்ட சங்கடங்களை நாம் முதலில் பார்த்துவிடுவோம்.

'பாவாடை' என்று யாராவது அவனை அழைத்தால் உடனேவெல்லாம் திரும்ப மாட்டான் அவன். சற்றேறக்குறைய ஒரு நிமிடம் தாமதித்து மெல்ல தன் கழுத்தை வலது பக்கம் சன்னமாய் திருப்பித் திரும்பிப் பார்ப்பான். இதற்குள் கூப்பிட்டவர் உட்பட அனைவரும் வேறு திசையில் வெறித்திருப்பர். பிறருடைய கவனம் தன் மேல் குவியா வண்ணம் பின் அவரைப் பக்குவமாக தொடர்புகொண்டு விவரத்தைக் கேட்டறிவான் பாவாடை.

பாவாடையின் ஆகப்பெரிய கஷ்டம் இதுதான். பொதுவெளியில் அவன் பெயரை உரக்க உச்சரித்த நாள் எல்லாம் சபிக்கப்பட்ட நாளாகவே அவனைப் பிதுக்கி அழுத்தும். அட... குஞ்சிதபாதம் என்று பெயரிட்டிருந்தால் கூட இப்படிப்பட்ட இம்சை நேர்ந்திருக்காது. ஒரு ஆண் என்பதாய் பட்டவர்த்தனமாய் உணர்த்தும் விதமாய் இருக்கும். பாவாடை... சாவாடை எனப் பெயரா இது! அதிலும் பெண்கள் உள்ளுக்கு அணிந்துகொள்ளும் ஒரு துணிவகை. ஐயோ!

பெயர் வைத்ததுத்தான் வைத்தார்கள். பாவாடைசாமி என்றோ பாவாடைராயன் என்றோ வைத்தார்களா? மொட்டைக் கட்டையாக வெறுமனே 'பாவாடை'. அப்படி வைத்திருந்தாலாவது 'சாமி' என்றோ 'ராயன்' என்றோ பாதிப் பெயரை வைத்துக் காலத்தை

ஒட்டியிருக்கலாம். சரி ‘பாவாடை’யைச் சுருக்கி ‘வாடை’ எனலாம் என்றோலோ இவனுக்கே கெட்ட வாடை வீச்சம் போல ஒரு நச நச உணர்வு. சரி, முதல் இரண்டெழுத்தை உபயோகித்து ‘பாவா’ என்றாலோ அது தெலுங்கில் மாமா என அர்த்தம் வருமாம். சுத்தத் தமிழனை தெலுங்கனாக்கிப் பார்க்கும் பரிட்சார்த்த முயற்சி எல்லாம் வேண்டாம் என்று அதுவும் கைவிடப்பட்டது. இறுதியில் கழிக்கப்பட்ட வெறும் நெடில் ‘பா’ வை வைத்துக்கொண்டு என்ன செய்வது. பாப்பா பாட்டுதான் பாடிக்கொண்டு திரியவேண்டும். ‘பா’ என்றால் கவிதை என்ற பொருள் எல்லாம் துவக்கத்தில் அவனுக்குச் சொன்னவர் யாருமிலர். தவிர யார் அவனை அப்படியெல்லாம் அழைத்தார்கள்! வாய்க்கு வஞ்சனையின்றி ‘பாவாடை’ என்றே அவனை அடித்துத் துவைத்தார்கள்.

பக்கத்துத் தெரு மோட்டுவலையன் கூட கிண்டல் செய்தான். “என்ன வெறும் பாவாடை நுட்டு... கூட ஒரு நாடாவச் சேத்துப் பாவாடனாடானு சொன்னாத்தான் என்ன!” என்றான். “அடேய் அத வுடுடா. இவனுக்கு’ நாடா’ ங்குற பேர்கொண்ட பொண்ணா கட்டிவிட்டா ‘பாவாட நாடா’ ஜோடிப்பொருத்தம் சூப்பரா இருக்கும்லடா. இப்படிப்பட்ட, இதைவிட மேலான கேலிப் பேச்சுக்கள் எல்லாம் அவனுக்குப் பழகிப்போய் பல நாட்கள் ஆகிவிட்டன. மிக அடர்த்தியாகவெல்லாம் கூப்பிட்டு கலாய்த்திருக்கிறார்கள்.

இப்படியாக பாவாடை நனைந்து பிழிந்து காய்ந்து சுருங்கி நிறம் மங்கி தற்போது 25 வயதைக் கடந்து நிற்கிறான்.

தன் பெயர் குறித்து அவன் தந்தையிடம் மருகும்போதெல்லாம் “எந்தப் புள்ளயும் தங்கலனுதான் நம்ம காவல் தெய்வத்தோட பேர வுனக்கு வெச்சேன். இப்ப என்ன கொரஞ்சிபூட்டே நீ... பேசுரவன் ஆயிரம் பேசுவான். வுடுடா” என்பார், பாவாடைக்குப் பெயர் வைத்த பூவரசன்.

இப்படித்தான் ஒரு சமயம் தூரப்பார்வை பரிசோதனைக்காக கண் மருத்துவரைப் பார்க்கச் சென்றிருந்தான். இவன் பெயரைப் பதிந்துகொள்ளும்போதே அந்த பெண் ஒரு நமட்டுச் சிரிப்பு சிரித்தாள். காத்திருப்பிற்குப் பின் அறைக்கு உள்ளே இருந்து வந்த இரண்டு செவிலியர்களில் ஒருத்தி ‘பாவாடை... ... ...” என்று சத்தம் போட்டுப் பெயரைக் கூற எப்போதும் போலவே சற்று நேரத் தாமதத்திற்கு பின் எழுந்துபோனான்.

திடீரென தன்முன் வந்து நிற்கும் அவனிடம், “உங்க பேர் என்ன?” என்று கேட்ட கேள்விக்கு ‘பாவாடை’ என்று பதவிசாகத்தான் பதிலளித்தான். உடன் இருந்த மற்றொரு செவிலிப் பெண்ணோ அவன் தன் உள்ளாடையைத்தான் குறிப்பிடுகிறான் என எண்ணி எங்கே தன் பாவாடை வெளியே தெரிகிறதா என்று மேலும் கீழும் கழுத்தை வளைத்து சுத்தியும் கித்தியும் பார்த்துத் தொலைத்தாள்.

‘ஐயோ… எம்பேரு பாவாடங்க” என்று அவன் சங்கோஜத்தில் நீட்டி முடிப்பதற்குள் அவர்கள் இருவரும் அடக்க முடியாமல் சிரித்தார்கள். வந்திருந்த நோயாளிகளின் முன் சிரிக்க முடியாமல் அருகாமையிலிருந்த சிறிய அறையினுள் நுழைந்து அவர்கள் சிரித்த ஒலி, வெளியே இவனுக்கு நெடுநேரம் கேட்டது.

ஒரு பெயரால் தனக்கு மட்டும் ஏன் இப்படி ஒரு அவமானம்! ஒரு கல்யாணம் பண்ணிக்கிட்டா இதெல்லாம் சரியாகிடும்டா எனச் சொல்லும் அப்பாவிடம் எப்படிச் சொல்வது… அதற்குப்பிறகுதான் பிரச்சனை இன்னும் விகாரமாகும் என்று. அம்மா தவறிப்போய் 15 வருடங்கள் கடந்துபோச்சு. வீட்டில் எந்த பெண் வாசனையும் கிடையாது. ‘பாவாடை’ என்றால் இன்னவரை இவன் ஒருவன்தான். பொண்டாட்டி என்றொருத்தி வந்துவிட்டால் அவள் கட்டும் பாவாடைக்கு இவன் வேறு பெயர் சூட்டுவானா, பழகிப்போன அவளின் வாயிலிருந்து அவளது உள்ளாடை குறித்த சொல்தான் வராமல் போகுமா!

பின் பூவரசன் விதவிதமான தோரணைகளில் இவனை விளிக்கும் ‘பாவாடை’யைக் குறித்து என்னென்ன முடிச்சுகளைப் போட்டுக் கொள்வாளோ! ”பா… . வா… . ட…. , டேய் பாவாஆஆஆஆஆஅ… ட, தொண்டையைச் செருமியபடி பா… … … … … ..வா… … … … … … … … … … … டஅஅஅஅஅஅஅ என ஏழு கட்டையில் இழுக்கும் இழுப்புக்கெல்லாம் இவனுக்கே கழுத்தில் சுறுக்கு முடிப் போட்டுத் தொங்கலாம் போல இருக்கும். வரும் பெண் என்ன நினைப்பாளோ!

பாவாடை பெரிதாக எதுவும் படிக்கவில்லை. அப்பா பார்த்துக்கொண்ட அதே பெட்டிக்கடை. பள்ளிப் படிப்போடு முடித்துக்கொண்டான். கல்லூரிக்குள் காலடி எடுத்து வைத்திருந்தால் தன் பெயர் குறித்து இன்னும் இன்னும் மருகியிருப்பான். மகன் இப்படியெல்லாம் ஆற்றாமையில் திரிந்தாலும் பூவரசனுக்கு இந்தப் பெயர் குறித்து எந்தக் கவலையும் இல்லை. தன் குலம் தழைக்க வந்த குலச்சாமி என்றே மகிழ்ந்திருந்தான். அதனாலேயே குலதெய்வம்

பெயரைச் சூட்டி நிம்மதி அடைந்திருந்தான். தன் பெயரை மாற்றி வைக்கச் சொல்லி பாவாடை ஒரு சமயம் ஒற்றைக் காலில் நின்றான்.

கிழக்கே உதிக்கும் சூரியன் மேற்கே உதித்தாலும் உதிக்கும். உன் பெயரானது பாவாடை பாவாடைதான். பாவாடை என்றைக்கும் புடவை என்ற அளவுக்கு மாற்றமும் பெறாது, உள்ளாடையிலிருந்து மேலாடைக்கு ஏற்றமும் பெறாது என ஆணித்தரமாக நின்றுவிட்டார் பூவரசன்.

“ம்... உனக்கு மட்டும் பூவரசன் நாவரசன்னு ராஜ அதிகாரத்துல பேரப் பாரு. எனக்கு மட்டும் ஏன்ப்பா இப்படி?”

“பேருல என்னடா கிடக்கு... மவன மாத்தலாம் கீத்தலாம்னுட்டு திரிஞ்ச... தொலச்சிபுடுவேன்” என்றார். அதோடு பெயரை மாற்ற வேண்டும் என்ற எண்ணமே அவன் மனதிலிருந்து வறண்டு போனது.

இப்படியான தருணத்தில்தான் பாவாடையைத் தேடி வந்தாள் அவள். கண்களில் அத்தனை வசீகரம். மெரூன் வண்ண சுடிதாரில் சாம்பல் நிற துப்பட்டா அணிந்திருந்தாள். குறு குறு பார்வை. வரிசையான பற்கள். மான் விழிகள். வேல் இமைகள். இரண்டு கைகளிலும் சலசலக்கும் கண்ணாடி வளையல்கள். அது ஏற்படுத்திய சிலுங் சிலுங் என்ற சப்தம். அவளைத் தாண்டிச் செல்பவர்கள் அத்தனை பேரையும் திரும்பிப் பார்க்க வைத்துவிடுவாள்.

“கடைக்காரரே... ...” புதுக் குரலா இருக்கே எனத் தலையை நிமிர்த்தியவன் அவளது ஒற்றை வார்த்தையிலேயே நீலத்தில் முக்கி எடுத்த வெள்ளைப் பாவாடையாய்ப் புதுப்பொலிவு பெற்றான்.

“ஒரு அர கிலோ துவரம்பருப்பு, 200 கிராம் காப்பித்தூள் கொடுங்க” என்றாள்.

“ஊருக்கு புதுசா? முன்ன பின்ன பாத்ததே இல்ல!

“ஆமா... கரண்டு கம்பிக்கார வீடு தேவாங்கு எங்க மாமா. அவங்க வீட்டு விருந்தாளி நானு.”

“ஓ... வந்திருக்குற விருந்தாளியவே கடைக்கு அனுப்பி விட்டுட்டாங்களா?! நல்ல குடும்பம். ஆமா... என்ன கம்பெனி காப்பித்தூள் வேணும் புள்ள?” என்றான் அவளைப் பார்த்த மலைப்பு தீராமல்.

“சன்ரைஸ் இருக்குங்களா? இல்லேனா ப்ரூ காப்பி கொடுங்க”.

“ரெண்டுமே இருக்கு. உங்களுக்கு எது வேணும்?”

“இலவசமா கொடுக்கறதா இருந்தா ரெண்டுத்தையும் வேணா கொடுங்க. வாங்கிக்குறேன்.” சொல்லிவிட்டுக் களுக்கெனச் சிரித்தாள் அவள்.

“இந்த கடையில இலவசமா எடுத்துட்டுப் போக நான் மட்டும்தான் இருக்கேன். எடுத்துட்டுப் போறீங்களா?” என்றான் பொட்டலம் கட்டியபடி.

“ப்ரீயா கொடுத்தா பெனாயிலயே குடிக்குற ஆளுங்க நாங்க. ஒரு மக்க மனுஷன் கெடச்சா சும்மா வுட்டுடுவோமா! வாரும் வாரும்! எல்லாத்துக்கும் எங்க வீட்டுல ஒரு கை கொறச்சல்தான். வந்தா எகன மொகன ஏறலாம்”. இப்பொழுதும் அதே களுக் மினுக் சிரிப்புச் சிதறல்.

அவளிடம் இன்னும் பேசி வம்பிழுக்க வேண்டும் என்று உள்மனது அழும்பு செய்தது. அதன் பொருட்டே, அவள் கொடுத்த 200 ரூபாய்க்கு வேண்டுமென்றே சில்லரை தேடுவதுபோல் நாணயங்களை இப்படியும் அப்படியும் நகர்த்தி நகர்த்தி நேரம் கடத்தினான்.

ஒரு வழியாக மீதி சில்லறையைக் கொடுக்க முனைந்தபோது பின்னாடி வந்த முத்துப்பேச்சி, “ஏ... நான் வரதுக்குள்ள எதுக்குடி நீயே வந்துட்ட. ரெண்டு பேரையும் சேந்துதான ஆத்தா போயிட்டு வரச் சொல்லுச்சு. ரொம்ப அவசரம்டீ உனக்கு!”

“நீ தல முங்க போனவ போனவதான். இதென்ன நான் வருஷம் ஒரு தடவ வந்து போற ஊரு தானெ... எங்கெங்க எது எது கிடக்கும்னு தெரியாதா! அதான் நானே வந்துட்டேன்”.

“சரிடீ... வாங்கியாச்சா? இந்த ஆளு வேற கொஞ்சம் விவகாரமானவன்” என்று அவளுக்கு மட்டுமே கேட்கும்படியாக சொல்லிவிட்டு அவளை நகர்த்திக்கொண்டே போனாள்.

அவசர அவசரமாக அவர்கள் நகர்ந்து போவதை சற்றே ஏமாற்றத்துடன் கடையில் நின்றபடி பார்த்துக்கொண்டிருந்தான் பாவாடை.

“ஏய்... ... .. தாவணி, இன்னுமாடி காப்பித்தூள் வாங்கினு வருவ! வெரசா வாடீ”.

கரெண்ட் கம்பி மாமா வீட்டிலிருந்து இந்தப் பெண்களை பார்த்து அடித்தொண்டையில் கத்தினாள் ராஜம் கிழவி.

“அட... அந்தப் பெண்ணின் பெயர் தாவணியா?!!!!!!!!”

92 | சங்கு தீர்த்தம்

அதற்குள் அந்தப் பக்கமாக வந்த இளவரசு, "யாருடா அந்தப் பொண்ணு? பாவாடை தாவணி காம்பினேஷனே கலக்கலா இருக்கேடா" என்றான்.

பாவாடையின் முகத்தில் ஆயிரம் வாட்ஸ் பல்ப் பூரிப்பு. ஆஹா... இத்தனை நாள் இந்த பாவாடை தேடிக்கொண்டிருந்த தாவணி இவள் தானா!!! பாவாடையின் மனம் அலைபாய்ந்து கொண்டிருந்தது.

அதேநேரம் அவனது பெயரைத் தாவணியின் காதில் கடித்துக்கொண்டிருந்தாள் முத்துப்பேச்சி. வீட்டை நோக்கி நடந்துகொண்டிருந்த தாவணி மெல்லத் திரும்பி பாவாடையைப் பார்த்து ஒரு கள்ளச் சிரிப்பு சிரித்தாள்.

பாவாடை – தாவணி பெயரை இணைத்துப் பார்த்தான். இது ஒரு கவிதையாய் மாறி அவனுடன் பேசியது. தற்போது உள்ளாடையிலிருந்து உண்மையிலேயே மேலாடைக்கு தாவியிருந்தான் பாவாடை.

12

வரையறைகளைக் கடக்கும் முரண்கள்

யாமளை குளிக்கப் போவதற்கும் வீட்டுப் பக்கத்துக் கோவிலில் தீர்த்த மல்லாரி வாசிக்கும் சப்தம் கேட்பதற்கும் சரியாக இருந்தது. கம்பீர நாட்டை ராகத்தில் வாசிக்கப்படும் மல்லாரியை எப்போதும் பிடிக்கும் அவளுக்கு. அந்த நாகஸ்வர நாதத்தை மெய் மறந்து கேட்டுக்கொண்டே இருந்தவள் கழற்றி வைத்த தாலியைத் திரும்பப் போட்டுக்கொள்ளாமலேயே குளியலறையைவிட்டு வெளியேறிவிட்டாள்.

மறதியில் அப்படி வைத்துவிட்டு வந்த தாலிச்சங்கிலியால் இப்படி ஒரு சர்ச்சை ஏற்பட்டுவிடும் என்று நினைத்துக்கூடப் பார்க்கவில்லை யாமளை. சற்றே சோர்ந்து போயிருந்த தங்கச்சங்கிலியைப் பளபளப்பாக்க சோப்புப் போட்டுத் தேய்த்து எடுக்கலாம் என்ற எண்ணத்துக்கு ஏற்பட்ட வினை. கேட்டுக்கொண்டிருந்த மல்லாரியும் கூடச்சேர்ந்து மறக்கடிக்கச் செய்துவிட்டது. லட்சுமி பொட்டு, வாழைச்சீப்பு, நிலாப்பிறை, பன்னீர் சொம்பு, பவழக்கொடி, வெண்முத்து போன்ற பல உருக்களை வரிசையாகக்கொண்டு லட்சணமாய் காட்சி தந்துகொண்டிருந்தது அந்த தங்கத்தாலி.

யாமளைக்கு அடுத்து குளியலறை சென்ற பெரிய மருமகள் அபராஜிதா தனியே இருந்த தாலியைப் பார்த்ததும் வெலவெலத்து போய்விட்டாள். அது யாமளையினுடையது என்பது அறிந்ததும் அதிர்ச்சியின் உச்சத்துக்கே போனாள். எங்கே தாம் மூர்ச்சையாகி விழுந்துவிடுவோமோ என்ற சந்தேகம் அவளுக்கே வந்ததாலோ என்னவோ கத்தி ஆர்ப்பாட்டம் செய்து இரண்டாம் மருமகளான யாமளையை மாமியாரிடம் கையும் களவுமாகப் பிடித்துக் கொடுத்துவிட்டாள்.

அடுப்பங்கரையில் சாதம் வடித்துக்கொண்டிருந்த சின்ன மருமகள் சாந்தியும் வந்து பார்த்து வாயடைத்துப் போனாள். ஆயினும் வீட்டுப் பெண்களின் மனதில் ஏற்பட்ட இத்தனைக் கலவரத்துக்குக் காரணமான நிலைமையைச் சமாளிக்க வெகு இயல்பாக குளியலறைக்குச் சென்ற யாமளை தன் தாலியை எடுத்துக் கழுத்தில் போட்டுக்கொண்டபடி பூஜையறைக்குள் புகுந்தாள்.

ஒன்றும் தெரியாத பூனைபோல் பூஜையறைக்குள் பவ்யமாய் புலம் பெயர்ந்த யாமளையைப் பார்த்த மாமியார் லீலாவதிக்கு வந்ததே கோபம்.

“ஏய் யாமளை... வெளிய வாடி” என்று ஆக்ரோஷமாய் கத்தினாள்.

அபராஜிதாவுக்கு யாமளை மாமியாரிடம் மாட்டியதில் அப்படி ஒரு ஆனந்தம். நடக்கப்போகும் வானவேடிக்கையைக் கண்டு மகிழ தயாராகிவிட்டாள். சாந்திக்கோ பள்ளிச்செல்ல ஆயத்தமாகும் தம் பிள்ளைகளைக் கவனிப்பதா இல்லை இந்தத் தாளிப்பைத் தகர்க்க யாமளை மேற்கொள்ளும் உத்திகளை நோக்குவதா என்ற தடுமாற்றம்.

செய்தித்தாள்களைப் படித்துக்கொண்டும் லேப்டாப்பில் நோட்டம்விட்டுக்கொண்டும் குழந்தைகளுடன் மல்லுக் கட்டிக் கொண்டிருந்த மூன்று பிள்ளைகளும் தாயின் உக்கிரமான வார்த்தை களைக் கேட்டுக் கூடத்துப் பக்கம் தம் பார்வையைத் திருப்பினார்கள்.

“என்னத்த” என்றபடி பூஜையறையிலிருந்து வெளியே வந்தாள் யாமளை. 36 வயதுக்குடைய வாளிப்பான உடல். தலையில் சுற்றியிருந்த ஈரத்துண்டு இன்னும் அப்படியே இருந்தது. நெற்றி நடுவில் குங்குமத்தைத் தீற்றியிருந்தாள். மூக்கின் நுனி சிவந்திருந்தாலும் கண்கள் தீர்க்கமான பார்வையுடன் கூர்மையாக லீலாவதியை எதிர்நோக்கியது.

“என்னடி... நெத்தியில குங்குமத்த அப்பிட்டு வந்துட்டா எல்லாம் சரியா போச்சா? தாலிய கழட்டி வெச்சிட்டு பெரிய பத்தினி மாதிரி வேஷம் போடுற!” வார்த்தைகள் வெடித்து வெளியேறியது லீலாவதியிடமிருந்து.

“அத்தே... இப்ப என்ன நடந்துபோச்சுன்னு இப்படிப் பேசுறீங்க. தாலிச்செயின் ஒரே எண்ணெய் பிசினா இருந்துச்சு. சுத்தப்படுத்தலாம்னு கழட்டி வெச்சு சீயக்கா போட்டுத் தேய்ச்சேன். இது என்ன உலகமகா தப்பா?”

“சுத்தப்படுத்துறதுக்கு அதென்ன ஷோகேஸுல இருக்குற பொம்மையா? வாழ்நாளுல பொம்பளை கழுத்த சுத்தியே கிடக்கவேண்டிய தாலிக்கொடி. உனக்கு என்ன தைரியம்?! பண்றதையும் பண்ணிட்டு எங்கிட்டயே இப்படி எதித்து பேசுவ!

“ஏ... ரோஜா... ஓடிப்போய் உங்க சித்தப்பன கூப்பிடு. அவன் உசுரோட இருக்கும்போதே இது என்ன அநியாயம்னு கேக்குறேன். இவ பெரிய ராகாசின்னுதான் இந்த வீட்டுக்கே தெரியுமே. அவன் வந்து பதில் சொல்லட்டும்!”. கோபத்தில் லீலாவதியின் உடலெங்கும் ஒருவித நடுக்கம் பரவியது.

அழைப்பிற்கெல்லாம் அவசியப்படாமல் ஸ்ரீதரே பூஜையறையை ஒட்டிய கூடத்தின் முன்கட்டுக்கு வந்தான். முன்னுக்கு வந்து “என்னம்மா... என்ன பேசிட்டிருக்க. கொஞ்சம் மெதுவா பேசு. தூங்கிட்டிருக்க அப்பா முழிச்சுக்கப் போறார்.”

ஸ்ரீதர் சொல்வதற்கும் அப்பா மணியன் தூக்கம் கலைந்து வெளியே வந்து அமர்வதற்கும் சரியாக இருந்தது. குளியலறையிலிருந்துதான் பிரச்சனை துவங்கியது என்று தெரிந்ததும் பரபரவென குளித்துவிட்டு கோவிலுக்குப் பறக்கும் தன் வழக்கமான செயலுக்கு ஊக்கம் கொடுக்காது முகத்தைத் தொங்கப் போட்டபடி எழமுடியாமல் சோபாவிலேயே அமர்ந்துவிட்டார்.

“எழட்டும்விடுடா. அவர் தான ‘யாமளை மாதிரி வருமா, யாமளை மாதிரி வருமா’ னு எப்பவும் தலைல தூக்கி வெச்சுகொண்டாடுவாரு. அவரோட ரெண்டாவது மருமக செஞ்ச காரியத்த அவரும் பாக்கட்டும். ஆமா... இப்படி இவ போற இடத்துல எல்லாம் தாலிய கழட்டிவெச்சிட்டுப் போறாளே. இதெல்லாம் உனக்குத் தெரிஞ்சுதான் நடக்குதா? உங்க ரூமுக்குள்ள கூட இதே நிலம தானா? இதெல்லாம் பாத்துட்டு நீயும் கண்டுங்காணாம இருந்திருக்க. அப்படித்தான!”

ஒரு நல்ல வாசிப்பு அனுபவம் தரும் கதையைப் படிப்பது போல அனைவரும் இவர்களையே வெறித்துக்கொண்டிருந்தது யாமளைக்கு சற்றும் பிடிக்கவில்லை.

ஸ்ரீதருக்கு பெரும் அவமானமாக இருந்தது. அவன் சரியான அம்மா பிள்ளை என்பதோடு அம்மாவைப் போலவே சிந்திப்பவனும் கூட. அவனுக்கும் இது பேரதிர்ச்சிதான். இப்படி யாமளையின் செயலை ஒட்டுமொத்தமாக மொத்தக் குடும்பமும் வேடிக்கைப் பார்ப்பதில் அவனுக்கு நிரம்பவே அவமானமாக இருந்தது. தாலி வேண்டாம்

என்று கழற்றி வைத்தால் தன் கணவனையும் இதேபோல் துச்சமாக கருத வேண்டாம் என்று எண்ணுபவள் என்ற கோணத்தில்தான் அவனாலும் புரிந்துகொள்ள முடிந்தது.

"அம்மா... காலங்காத்தால எதுக்கு பிரச்சன பண்ணிட்டு. இது அவங்க ரெண்டு பேரோட தனிப்பட்ட சமாச்சாரம். வேணுமினா நீங்க மூணு பேரும் அந்த ரூமுல போய் பேசுங்க. பசங்கெல்லாம் நீ பேசுறதையே பாத்துட்டு இருக்காங்க பாரு. எல்லாரும் உன் பேச்சால டிஸ்டர்ப் ஆகுறாங்க. இன்னும் பத்து நிமிஷத்துல ஸ்கூல் வேன் வந்துரும். அவங்க போனப்புறம் பாத்துக்கலாம். விடும்மா." அதீத பொறுப்புணர்ச்சியுடன் சற்றே குரல் உயர்த்தி தன் தாயிடம் சொன்னான் பெரியவன் பார்த்தசாரதி.

தற்போது மடப்பள்ளியிலிருந்து சுவாமிக்கு நிவேதனம் எடுக்க தளிகை மல்லாரி வாசிக்கப்படும் நாதம் காற்றோடு கலந்து வந்தது. வழக்கமாக இந்த நேரத்தில் கோவிலுக்குக் கிளம்புவது மணியனின் வாடிக்கை. அதிலும் இது திருவிழா காலம் வேறு. இவர்கள் வீட்டை ஒட்டிய வலப்புறப் பாதையில்தான் தெற்குக் கோபுர வாசல் இருக்கும். சிறப்பு பூஜை காலங்களில் மடப்பள்ளியிலிருந்து சுவாமிக்கு நிவேதனம் எடுத்துச் சென்றிருக்கும் என யூகித்து வீட்டைவிட்டுக் கிளம்புவார். இவர் செல்வதற்கும் கும்ப மல்லாரி வாசிப்பதற்கும் சரியாக இருக்கும். பூர்ண கும்ப மரியாதைதான் இன்று வீட்டுக்குள்ளேயே நடக்கிறதே எனப் பேசாது இருந்துவிட்டார் மணியன்.

வழக்கமாக அணுகுண்டின் முன் வெடிக்கும் ஊசிப் பட்டாசின் சத்தம் அளவுதான் லீலாவதியின் முன்னான இவரது பேச்சு. சமயத்தில் இவர் பேச ஆரம்பித்தால்போதும், லீலாவதி தன் குரலைக் கூடுதலாக உயர்த்தத் தொடங்கிவிடுவாள். அதிலும் இது உணர்வுப்பூர்வமான விஷயம். அதனாலேயே அவளே விரைவில் அடங்கிவிடுவாள் என்று குறுக்கிடாமல் இருந்தார். ஆனால், லீலாவதியின் ஆக்ரோஷமோ இன்னும் இன்னும் கூடிக்கொண்டே போனது. என்ன செய்வார் அவர்!

லீலாவதி தற்போது பார்த்தசாரதி பக்கம் திரும்பி அவனுக்கு பதிலளித்துக்கொண்டிருந்தாள். "அடப்போடா... பெருசா சொல்ல வந்துட்ட. குடி முழுகி போற காச்சாரத்துல இந்த குடும்பவிளக்கப் பத்தி இப்ப பேச வேணாமாம். இவல்லான் குடும்பத்துக்கு ஏத்தவளாட்டுமா வேலய செய்யுறா?"

தற்சுரணை உந்தித் தள்ள யாமளை ஆவேசமானாள்.

"இங்க பாருங்க... நான் என்ன குடும்பத்துக்கு ஏத்தவளா இல்லாம போயிட்டேன்! ஆபிஸ்ல வேல செய்யுறேன்னு வீட்டுல வேல செய்யாம இருக்கேனா? காலையில எழுந்ததும் எழாததுமா சமயல் வேலய மூணு பேருமா பகிர்ந்து செய்றோம். ஆபிஸ், வீடுன்னு ரெண்டு எடத்துலயும் உழல்றேன். எங்களுக்கு இன்னும் கொழந்த இல்லன்னாலும் குடும்பத்துக்கு எங்க பங்குத் தொகைய எதுவும் குறைக்காம சமமா மனங்கோணாம இதுநாள்வரை கொடுத்திருக்கோம். இந்த வீட்டோட வழக்கப்படி நாளுங்கிழமைல விரதம் இருக்கலயா இல்ல உங்களுக்கும் மாமாவுக்கும் பணிவிடைதான் செய்யலயா? எப்படி குடும்ப பொண்ணானு கேக்குறீங்க! மத்தவங்களும் பசங்களும் என்ன பத்தி என்ன நினைப்பாங்க?! இதயெல்லாம் பாத்துட்டு சும்மா நிக்குறீங்களே. எனக்காக அத்தகிட்ட பேசவே மாட்டீங்களா?"

தொடர்ந்து பேச இயலாமல் துக்கம் தொண்டையை அடைத்தது யாமளைக்கு.

"பேசுறா மாரியான காரியமா செஞ்சிருக்க? பாவி!" என்றுதான் தொடங்கினான் ஸ்ரீதர்.

முற்றிலும் இடிந்து தரைமட்டமானாள் யாமளை. அடுத்துப் பேச திராணியற்று நின்றாள்.

ஸ்ரீதருடன் எட்டு வருட வாழ்க்கை வாழ்ந்திருக்கிறாள். இருந்தும் அவன் தன்மீது முழுநம்பிக்கைகொள்ளாது சில விஷயங்களில் பிளந்து நிற்கிறான். பிளவும் பிரிவும் சகஜம்தான். அது கூட பரவாயில்லை. நாலு சுவருக்குள் வைத்துப் பின்னொரு சமயம் பேசிக்கொள்ளலாம். ஆனால் தன் மனைவியை இப்படிக் குடும்பத்தினர் அத்தனை பேர் முன்னிலையிலும் வைத்துப் பூசணிக்காய் உடைப்பதுபோல் இப்படி போட்டு உடைத்துவிட்டானே. அவனுடன் எந்த புள்ளியில் நாம் தோற்றுப் போனோம். ஸ்ரீதருடன்தான் வாழ்ந்த வாழ்வுக்கான அர்த்தம்தான் என்ன? என்று புழுங்கிப் போனாள். மனித மனத்தின் அடிப்படை உணர்வுகள் நிகழ்த்தும் விளையாட்டைக் கண்டு நகைப்பதா அழுவதா என்று தெரியவில்லை அவளுக்கு.

எப்போதும் மாமியார் லீலாவதியும் பெரிய மருமகளும் ஒரு இணை. ஒருவருக்கு ஒருவர் ஒத்து ஊதிக்கொள்வார்கள். யாமளையும் சின்ன மருமகள் சாந்தியும் பணிக்குச் செல்பவர்கள். ஒருவருக்கு ஒருவர் மிகுந்த ஒத்தாசையாக இருப்பார்கள். வீட்டில் வேலை அதிகமாகும் பட்சத்தில் இருவரும் கலந்து பேசி அலுவலகத்தில்

விடுப்புக் கோருவது வரை பல விதத்தில் வெளிப்படையாக இருப்பர். பிள்ளைகள் மூவருக்கும் பந்த பாசம் அதிகமென்றாலும் அவரவர் சம்பளம், பணி, பணம் என்று வரும்போது சுயநலமாக யோசிப்பர். இன்று வீட்டில் இப்படி ஒரு பிரச்சனை முற்றிலும் புதிது. அதிலும் தன் மனைவியால் இவ்வாறு முளைத்துவிட்டதே என்று எண்ணி அது ஒரு பக்கம் சங்கடம் ஸ்ரீதருக்கு.

யாமளைக்கும் ஸ்ரீதருக்கும் வேலை, சம்பளம், விடுப்பு எடுத்தல், வெளியூர் போதல் சம்பந்தமாக சில பிணக்குகள் வரும் போகும்தான். ஆனாலும் அது பெரியதாகி வெடித்துப் போகாவண்ணம் எப்போதும் சாமர்த்தியமாக கையாள்வாள் யாமளை. ஸ்ரீதர் எப்போதும் பழமை, பஞ்சாங்கம் என்று பேசுவான் எனத் தெரியும் அவளுக்கு. ஆனால் அவனுக்குள் இப்படி ஒரு இயல்பு இருப்பதை இத்தனை நாள் உணராமலேயே இருந்ததை எண்ணி நொந்து நூலாய் போனாள்.

"நம்ம குடும்பத்த பத்தி நல்லா தெரிஞ்சிருந்தும் ஏன் நீ இப்படி புத்திகெட்டத்தனமா நடந்துக்கனும்? அதனால தான இத்தன அலப்பறை இங்க" சற்றே அமிழ்ந்து போய் கிடந்த மாதிரி இருந்த சங்கதியைக் கொஞ்சம் கிளறி மேலே போட்டாள் அபராஜிதா.

யாமளைக்கு அபராஜிதாவைப் பார்க்கப் பார்க்க பற்றிக்கொண்டு வந்தது. யதார்த்த நிகழ்வின் மீது உக்கிரத்தை ஏற்றிவிட்டவள் இவள் தானே! குளியலறையில் தாலியைப் பார்த்ததும் எத்தனைச் சுலபமாக இதைக் கையாண்டிருக்க முடியும்! மாமியாரின் இப்படிப்பட்ட குணம் அறிந்தவர் யாருக்கும் தெரியாமல் தன்னிடம் சேர்ப்பித்திருக்க முடியும். ஆனால் தன் மீதான ஏதோ ஒரு வஞ்சத்தை மனதில் வைத்துக்கொண்டு இப்படி காய் நகர்த்திவிட்டாளே என்ற பெருங்கோபம். அப்படியே அவள் மேல் பாய வேண்டும்போல இருந்தது.

சாந்திக்கு யாமளையின் மேல் பரிதாபமாய் இருந்தாலும் இந்தச் சூழலில் எதுவும் சொல்வதற்கில்லை.

வழக்கமான நாட்களாய் இருந்தால் ஓடுகின்ற ஓட்டத்தில் அலுவலகம் போய் விழுந்திருப்பாள். அடர்ந்த வேலைகளிடையே மனதைப் பறிக்கொடுத்துவிட்டால் அழுத்துகின்ற துக்கம்கூடக் காணாமல் போய்விடும். இது வழக்கமான சங்கதிபோல் அல்லாது போகவே தொலைபேசியில் அலுவலகத்தில் விடுப்பு சொல்லிவிட்டாள். காலையில் ஆரம்பித்தது... முற்றுப் பெறாமல் தொடர்ந்துகொண்டே இருந்தது. அனைவரும் பேசிப் பேசி வளர்த்த வேள்வித் தீ அவளை பொசுக்கியது.

கோவிலில் புறப்பாட்டு மல்லாரி வாசிக்கப்படும் நாதம் எட்டியது. அனைத்தையும் புறந்தள்ளி தன் அறைக்குள் போனாள் யாமளை. லீலாவதியும்விடாமல் தன் மல்லாரியை வாசிக்கத் தொடங்கினாள்.

"போச்சு... எல்லாம் போச்சு. குடும்ப மானமே போச்சு. ஆபிஸ் வேலையா வெளியூருக்கெல்லாம் போய் அப்பப்ப தங்கிட்டு வர்றவ. இப்பத்தான தெரியுது இவ லட்சணம். தாலிக்கயிற எடுத்துக் கடாசுறா மாதிரிதான் புருஷனையும் கடாசிட்டுப் போயிருப்பா. போன மாசம் வீட்டுப் பெரியவருக்கு திதி கொடுக்கனும் போக வேணாம்னு சொன்னேன். சொல் பேச்ச கேக்காம லீவில்லைனு நெட்டா போயிட்டு வந்தா. எங்க போயி என்ன நடந்துச்சோ! ஆபிஸுக்கு போன் போட்டு கேட்டாதான லட்சணம் தெரியவரும். இவ லீவு கேட்டாளா இல்லையான்னு! எல்லான்... இவன சொல்லனும். பொட்டச்சிய வேலைக்கு அனுப்பிட்டு கண்டுங் காணாம இருந்தான். அதான் இப்படி ஊர் மேயற மாதிரி ஆயிடுச்சு."

உச்சி வேலையில் லீலாவதி பேசிய பேச்சைக் கேட்டு வீடே குலுங்கியது. சுவாமி தெற்குக் கோபுர வாயிலை அடைந்ததான அடையாளமாய் ரக்தி வாசிக்கப்படும் நாதம் வீடடைந்தது. சாகித்யம் இல்லாமல் தீம்தத்திக்தை என்ற சப்தாதரத்தைக்கொண்டே விஸ்தரிக்கப்படுவதை கேட்க அமர்க்களமாக இருக்கும். அத்தனை பெரிய ஆழமான சத்தம் லீலாவதியின் உக்கிர தாண்டவத்திற்கு பின்னணி இசைபோல் அமைந்துவிட்டதுதான் கொடுமை. மணியன் இடைபுகுந்து யாமளைக்கு ஆதரவாய் குரல் கொடுக்கத்தான் செய்தார். லீலாவதியின் சொல் அம்புக்கு முன் இவருடைய குரல் கிழிபட்டு போனது.

நல்ல மிடுக்காகப் புடவைக் கட்டிக்கொண்டு அம்சமாக தன் ஸ்கூட்டி பெப்பில் வேலைக்குப் போகும் யாமளையை லீலாவதிக்கு ஆரம்பம் தொட்டே ஏனோ பிடிக்காமல் போனது. இன்று இந்த சந்தர்ப்பத்தை நன்கு பயன்படுத்திக்கொண்டாள்.

லீலாவதியின் பேச்சைக் கேட்க கேட்க உடல் கூசியது யாமளைக்கு. இரு கைகள்கொண்டு காதை அழுத்தமாகப் பொத்திக்கொண்டாள்.

தன் அம்மா பேசியது குறித்து ஸ்ரீதர் எந்த ஒரு எதிர் பதிவும் எழுப்பப்படாது போகவே, இதில் அவனுக்கும் உடன்பாடு உண்டென்பதுபோல் மனதில் உருவங்கள் தோன்றி புயலெழுப்பியபடியே இருந்தது. அறைக்குள் நுழைந்த ஸ்ரீதர்

இப்படியெல்லாம் கூட வாய்ப்புகள் இருக்கக்கூடும் என்ற தன் தாயின் நிலைப்பாட்டிலிருந்தே பேச்சைத் தொடங்கினான்.

"என்னங்க... நான் சொல்றதக் கொஞ்சம் கேளுங்க. எத்தன பேர் தாலியக் கழட்டிவெச்சிட்டு வேல செய்யுறாங்கத் தெரியுமா! நியூஸ் ரீடர்ஸ் செய்யலியா, டிவி ஆர்டிஸ்ட்ஸ் கழட்டி வெச்சிட்டு நடிக்கலையா, வொர்க்கிங் வுமன் மட்டுமில்ல எத்தனயோ ஹவுஸ் வொய்ப்ஸ் கூட இத செய்யுறாங்க. இதென்ன அவ்வளவு பெரிய குத்தமா! ஏன்... ஆஸ்பிடல்ல ஆபரேஷன் பண்ணும்போது தாலிய கழட்டிக் கொடுக்கறதில்லயா? வாக்கிங் போகும்போது எத்தன பேர் வெறுங்கழுத்தோட போறாங்கன்னு பாருங்க. கழுத்து அரிக்குதுன்னு கொஞ்ச நேரம் கழட்டி வெக்குறது தப்பா? உங்க அம்மாதான் அந்த காலத்து மனுசி. புரியாமப் பேசுறாங்க. உங்களுக்கு என்ன? நீங்களுமா இத பெரிய கொலக்குத்தம் மாதிரி பாக்குறீங்க!"

"ஆமான்டி... நான் அப்படித்தான். உனக்கே தெரியும். எங்க ஃபேமிலியில கட்டுப்பாடுகள் அதிகம்னு. வந்த நாள்லயே சொல்லியிருக்கேன். இதையெல்லாம் அட்ஜஸ்ட் பண்ணிட்டுத்தான் போகனும்னு. இருந்தும் நீ என்கிட்ட தலய தலய ஆட்டிட்டு அராஜகமெல்லாம் பண்ணியிருக்க. உன்னப் பாத்தாலே எனக்கு அருவருப்பா இருக்கு."

அவ்வளவுதான். இந்த விஷயத்தில் அவன் மேல் இருந்த கொஞ்ச நஞ்ச பிடிப்பும் தளர்ந்து போனது. இனி அவனுடன் வாழ்வது அர்த்தமற்ற உலகில் உழல்வதற்கு சமம் என்றே தோன்றியது. எது மாதிரியும் அல்லாத புது மாதிரி எல்லாம் நமக்கு ஏன் வாய்க்கிறது என மருகினாள்.

ஒரு மஞ்சள் கயிற்றைக்கொண்டு தன்னுடைய நடத்தையை இப்படி இழிவுபடுத்திய பிறகு அவனுடன் வாழ்வதில் எந்த பிரயோஜனமும் இல்லை என்ற முடிவுக்கு வந்துவிட்டாள். அடுத்தடுத்த நாட்களில் அவள் வேலைக்குப் போவதை முடக்கிவிட துடித்த மாமியாரின் செயல்களுக்கு முட்டுக்கட்டைப் போடவேண்டி தன்னைக் கொச்சைப்படுத்திக் கேவலப்படுத்திய ஸ்ரீதருடன் இனிதான் வாழப்போவதில்லை என்ற திடமான முடிவை அவள் எடுத்திருந்தாள். தன் பெற்றோரைச் சமாதானப்படுத்தி ஒரு நல்ல நாளில் தன் பெட்டி படுக்கைகளுடன் தாய் வீட்டுக்கும் போய் சேர்ந்துவிட்டாள். பிரிவது என்று முடிவான பிறகு வயிற்றில் முளைவிட்டிருந்த மூன்று மாத கருவும் கலைக்கப்பட்டுவிட்டது.

மணியனின் மனதைக் கரைக்கும் வார்த்தைகளுக்கு வழக்கமாய் அவள் கட்டுப்படுவாள். அன்பைக் கையாள்வது தானே அத்தனை கடினம்! ஆனால் அதுவும் இம்முறை எடுபடவில்லை. ஏனெனில் இந்தப் பிரச்சனையின் வீர்யம் அப்படி. அவர் கொடுப்பதையெல்லாம் வாங்கிக்கொள்ள தன்னிடம் மடி இல்லை என்று நகர்ந்துவிட்டாள்.

அபராஜிதா அன்றைய நாளில் ஒரு அற்ப சந்தோஷத்துக்காக மாமியாரிடம் யாமளையைப் போட்டுக்கொடுத்துத் திட்டுவாங்க வைக்கவேண்டும் என்று யோசிக்காமல் செய்ததன் விளைவு, அவர்கள் வாழ்க்கையில் இப்படி ஒரு பூகம்பம் ஏற்பட்டுவிட்டது. அது இருவரையும் இப்படி மொட்டை கட்டையாகப் பிரித்துப் போட்டுவிடும் என்று அவளே எதிர்பார்க்கவில்லை. அதுகுறித்து பின்னொரு நாளில் சாந்தியிடம் சொல்லி பெரிதும் வருத்தப்பட்டாள். தன் தாலிக்கொடியைப் பார்க்கும்போதெல்லாம் தாலிக்குக் குடும்பமே சாமியாடிய கதை நினைவுக்கு வருவதாக அழுது தீர்த்தாள்.

தாலி என்பது ஒவ்வொரு பெண்ணுக்கான பொக்கிஷம் என்று பார்ப்பதா பாரம் என்று வகை பிரிப்பதா என்று அவளுக்குள்ளும் ஆயிரம் கேள்விகள் நீண்டுக்கொண்டே சென்றது.

இரண்டாண்டுகள் உருண்டோடிப் போனது. ஸ்ரீதரும் யாமளையும் மனமொத்துச் சட்டப்பூர்வமாகப் பிரிந்துவிட்டிருந்தனர். ஸ்ரீதரின் இரண்டாவது திருமணத்திற்கு பெண் பார்த்து பார்த்து தன் பலம் முழுவதும் இழந்துவிட்டிருந்தாள் லீலாவதி. பெரிய போராட்டத்திற்குப் பின், ஒருவழியாக ஸ்ரீதரின் விருப்பத்தின் பேரில் தன் அலுவலகத்தில் பணிபுரியும் ஸ்டெல்லா என்ற பெண்ணுடன் எளிமையாக இரண்டாம் திருமணம் நடந்தது. ஸ்டெல்லாவுக்கும் இது இரண்டாவது திருமணம். சமீபத்தில் விவாகரத்துப் பெற்றவள்.

கழுத்தில் தாலி இல்லாத ஸ்டெல்லாவுடன் வலது காலை எடுத்து வைத்தபடி தன் இல்லத்தில் முதலடி வைத்து முன்னேறினான் ஸ்ரீதர். இந்த கரோனா தொற்றுக் காரணமாக ஸ்ரீதரின் திருமணம் தொட்டே அனைவரும் வீடடங்கிக் கிடந்தனர். கழுத்தில் தாலி இல்லாத ஸ்டெல்லா வீடெங்கிலும் வளைய வந்துகொண்டிருந்தாள். இப்போது மாமியார் லீலாவதி வாயடைத்துக் கிடந்தாள். லீலாவதியின் அகத்துக்கும் புறத்துக்கும் இடையிலான போராட்டம் நாளுக்கு நாள் வலுப்பெற்றது. அவளுடன் மல்லுக்கட்ட மணியனும் தற்போது உடன் இல்லை. முகக்கவசம் அணிந்தபடி வீட்டுக்குள்ளேயே முடங்கிப் போய் கிடந்தாள்.

கரோனா அச்சத்தில் ஊரடங்கு போர்த்திக் கிடந்த வீடடங்கு நாட்களில் பண்பாட்டு போர்வைக்குள் மூழ்கி அவள் தன்னையே ஊடுருவிப் பார்த்துக்கொண்டே இருந்தாள். திடீரென அவளுக்கு யாமளையின் நினைவு வந்தது.

யாமளை இந்நேரம் எப்படி இருப்பாள்? அவ்வப்போது நினைவு வம்புக்கிழுத்து இவளை வசைபாடியது.தான் எவ்வளவு வெறுப்பை கொட்டியிருந்தாலும் அதனைக் குடைந்து குடைந்து தள்ளி அன்பையே தன்னிடம் வெளிக்காட்டியவள் அவள். எப்படித்தான் இருப்பாள்? யார் கண்டது? அவரவர் காட்சி... அவரவர் கோலம்! எல்லாக் காலங்களிலும் வாழ்வின் சிக்கல்கள் மனத்தின் சிக்கல்களைக்கொண்டே நிர்ணயிக்கப்படுகின்றன.

ஏனோ இப்போது கோவிலுக்கு போய் இறைவனை வழிபட வேண்டும் போல அடர் உணர்வு உந்தித்தள்ளியது லீலாவதிக்கு. மணியனும் யாமளையும்தான் எப்போதும் கோவிலுக்குப் போவதும் வருவதுமாக முனைப்பில் இருப்பார்கள். இன்று இருவருமே உடன் இல்லை. கடந்த பல மாதங்களாக திருவிழா, மல்லாரி, மக்கள் என ஏதுமின்றி கோவிலும் மூடப்பட்டே கிடந்தது.

13

கர்மா

புதிதாக வாடகைக்கு வந்த வீட்டில் பொருட்களைப் பார்த்து பார்த்து லாவகமாக அடுக்கிக்கொண்டிருந்தாள் வள்ளிப்ரியா. இரண்டு நாட்களாக அடுக்கியும் இன்னும் நான்கு மூட்டைகள் பிரிக்கப்படாமலேயே கிடந்தது. வெளியே வெயில் கொளுத்திப் போட்டது போல காய்ந்துகொண்டிருந்தது. தொடர்ந்த உடலுழைப்பில் வள்ளிப்ரியாவின் உடல் முழுதும் வியர்வை வாடை அடித்தது.

“ஷ்... அப்பா... சித்தர வைகாசி கணக்கா வெயில் என்னமா கொளுத்துது இந்த ஊர்ல! ஏங்க... ரெண்டு நாளா நானே வேல செஞ்சிட்டிருக்கேன். கொஞ்சம் கூட மாட செஞ்சாதான் என்ன? எல்லாச் சாமானும் இன்னமும் கட பரப்பி வெச்சா போலவே இருக்கு. எப்பதான் அதது அதோட இடத்துக்குப் போயி சேரப் போகுதோ தெரியலனு கவலபட்டுட்டிருக்கேன். நீங்க என்னடான்னா அந்த லேப்டாப்புக்குள்ளேயே அமிஞ்சு போய் கிடக்குறீங்க. ரெண்டு நாள் லீவு போட்டீங்கன்னு கொஞ்சம் சந்தோஷப்பட்டேன். இப்பதான் தெரியுது அதால ஒரு புண்ணியமும் இல்லனு.”

“இப்ப என்ன அவசியம் வள்ளி? யாரு உன்ன அடுக்கல புடிக்கலனு கேக்கப் போறா. ஒரு வாரம் ஆனாலும் பரவால்ல. நிதானமாவே செய்.”

“போட்டது போர்க்களமாட்டும் எல்லாம் இறைஞ்சுக்கிடந்தா அடுத்த வேலைக்குனு மனசால தாண்ட முடியல. எப்ப முடியுமோன்னுதான் மனசு அலையுது. சரி அதவிடுங்க. நம்ம களம்பூர்ல இருந்தோமே அந்த வீட்டு ஓனர்கிட்ட நீங்க கொஞ்சம் பேசனும்.”

“ஏன், ஏதாவது கொடுக்கல் வாங்கல் மிச்சம் இருக்கா?”

“மிச்சமுமில்ல சொச்சமுமில்ல. அந்த வீட்ல நாலு வருஷமா நான் பார்த்து பார்த்து வளர்த்த செடி கொடிங்க நிறைய இருக்கு.

அதுக்கெல்லாம் யாரு தண்ணீ ஊத்துவாங்களோ. காயுற வெயில்ல அந்தச் செடிங்க எல்லாம் வாடி வதங்கிப் போயிடுமோன்னு ஒரே கவலையா இருக்கு. அதான் அவர்ட்ட பேசிச் செடிங்களுக்கெல்லாம் தண்ணி ஊத்த சொல்லலாம்ட்டு."

"ஹலோ மேடம்... இதெல்லாம் டூ மச். ஏதோ வாடகைக்கு இருந்தோமா வந்தோமான்னு இருக்கனும். அவர்கிட்ட போய் நாங்க வெச்ச செடிக்கு நீங்க தண்ணி ஊத்துங்கனு சொல்றதெல்லாம் அதிகமா இருக்கு. நாம இருந்தது தனி வீடு. வயசான மனுஷன் பாவம் அவரால தினம் இங்க வந்து போக முடியாது. அவர் பசங்க நம்ம வீட்ட வந்து எட்டிப் பார்த்ததுகூடக் கிடையாது. அதால ரொம்ப கஷ்டப்பட்டுக்காத. மரத்த வெச்சவன் தண்ணி ஊத்துவான். நீ வேணா நாம இப்ப புதுசா வந்திருக்குற இந்த வீட்டில் உனக்கு என்ன செடி வேணாலும் வெச்சிக்கோ. அதுக்கு தான 2000 ரூபா கூட ஆனாலும் பரவாயில்லனு கார்டன் இருக்குற மாதிரி பதினஞ்சாயிரம் ரூபாக்கு இந்த வீட்ட வாடகைக்கு எடுத்திருக்கேன்.

"நீங்க ஆயிரம் சொன்னாலும் சரி. என் மனசு சமாதானம் ஆகல. ஹவுஸ் ஓனருக்கு நம்ம வீட்டுல வெச்சிருந்த செடியெல்லாம் ஞாபகம் இருக்குமா என்ன? தினம் கண்ணாலயா பாக்குறாரு. நாளப்பின்ன நீங்க ஒரு வார்த்த சொல்லியிருக்கக் கூடாதா. நான் போயி தண்ணிவிட்டிருப்பேன்னு சொன்னா என்ன பண்றது? அது பெரிய கொடும! ப்ளீஸ்... எனக்காக ஒரு முறை ஹவுஸ் ஓனர்ட்ட போன் பண்ணி பேசுங்களேன்."

"சரி சரி பேசுறேன்விடு."

குமரனுக்கும் வள்ளிப்பிரியாவுக்கும் மணமாகி 4 வருடங்கள் ஆகிறது. அவர்களின் பெயர் பொருத்தம் போலவே மனப்பொருத்தம் அருமையாக இருக்கும். வள்ளியின் சொல்லுக்கு எப்பவும் செவிமடுப்பான். அவளிடம் சொன்னது போலவே நாகலிங்கத்தை அலைபேசியில் அழைத்தான்.

"சொல்லுங்க தம்பி. நல்லாருக்கீங்களா? ஊருக்குப் போய் சேர்ந்தாச்சா? புது வீடு எல்லாம் குதிர்ந்திடுச்சா?"

"ஓ யெஸ். மூணு நாள் முழுசா ஆயிடுச்சு. ஆனாலும் உன்ன புடி என்ன புடி ன்னுதான் வேல ஓடிட்டிருக்கு."

"ஓ... அப்புறம் சொல்லுங்க தம்பி. ஏதாவது சாமான் செட்ட விட்டுட்டுப் போயிட்டீங்களா?" பெரியவர் நிதானமாகக் கேட்டார்.

“இல்லைங்க… என் வொய்ப் வள்ளி அங்க பின்னாடி இருக்குற தோட்டத்துல நிறைய செடி வெச்சிருந்தாங்க. அடிக்குற வெய்யில்ல காஞ்சு கருகிடுமேன்னு காலையிலருந்து ஒரே புலம்பல். அதான் புதுசா யாரும் வர்ர வரைக்கும் ஒரு மூணு நாளைக்கு ஒருதரம் போய் தண்ணி பாய்ச்சுறீங்களான்னு கேக்கலாம்னு.”

“அப்படியா தம்பி. ஒன்னும் கவலப்படாதீங்க. நீங்க காலயில சாமான் செட்டோட காலி பண்ணீங்க. அன்னைக்கு சாயந்தரமே புதுசா ஒரு குத்தனக்காரு குடிவந்துட்டாங்க தம்பி. நான் வேணா உங்களுக்கு அவரோட நம்பர மெசேஜ் பண்ணிவிடுறேன். நீங்களே பேசி சொல்லிடுங்க. சரி வெச்சிடவா தம்பி” என இணைப்பைத் துண்டித்துக்கொண்டார் நாகலிங்கம்.

சொன்னபடி சற்று நேரத்திற்கெல்லாம் புதிதாக குடிவந்த நபரின் அலைபேசி எண் குறுந்தகவலாக திரையில் ஒளிர்ந்தது. அர்வின் என்னும் பெயருக்குப் பக்கத்தில் பத்து எண்கள். இரண்டு முறை அழைத்துப் பார்த்தான். இணைப்புக் கிடைக்கவில்லை. இறுதியாக வள்ளிப்பிரியாவிடமே நம்பரைக் கொடுத்துவிட்டு நீயே பொறுமையாக கூப்பிட்டுப் பேசு என்று சொல்லிவிட்டான்.

“அட பரவாயில்லையே. அவ்வளவு சீக்கிரம் இன்னொரு குடும்பம் குடி வந்துவிட்டதா என்று ஆச்சர்யம் காட்டினாள் வள்ளிப்பிரியா. ஏதோ கொஞ்சம் ஆசுவாசமாக இருந்தது அவளுக்கு.

வீடும் வள்ளியும் இயல்புக்குத் திரும்ப அடுத்த இரண்டு நாட்கள் தேவைப்பட்டது. என்னவோ அன்று காலை தொட்டே வள்ளிப்ரியாவுக்குக் கலவையான உணர்வுகள் மனதை ஆக்கிரமித்துக்கொண்டிருந்தது. காலையில் பல்லை விளக்கியதும் முதல் வேலையாக காக்கை, குருவி, மைனா என விதவிதமானப் பறவைகளுக்கு தானியங்களையும் மிக்சரையும் இட்டு, தாகம் தீரத் தண்ணீரும் மொட்டை மாடிக்குச் சென்று வைத்துவிட்டு வருவாள். அந்தப் பறவைகள் எல்லாம் தினமும் வந்து பார்த்துவிட்டு இரை கிடைக்காது ஏமாந்து போயிருக்குமோ என்ற பெருங்கவலை அவளைச் சூழ்ந்துகொண்டது. மொட்டை மாடியில் மூலைப்படிக்கு அருகாமையில் வைத்திருக்கும் கருந்துளசியுடன் இனி யார் கரிசனத்துடன் உரையாடுவார்கள்? தோட்டத்தில் விளைந்திருக்கும் செடிகளிடையே நிலவி வரும் சீரான இடைவெளியை இனி யார் பராமரிப்பார்கள்? மதில் சுவரையொட்டி மூலையில் வளர்ந்திருக்கும் கொத்தவரைச் செடி, கிணற்றடி பக்கம் புதராய் மண்டியிருக்கும்

அருகம்புல், அதற்கு அருகே வெண்மை பூத்திருக்கும் தும்பமலர், நெடிய கழியில் படந்திருந்த பீர்க்கன், நீளமாய் வளர வளரத் தோதாய் தோண்டிவிடப்பட்ட தரை மணல், சற்றே இடைவெளியுடன் அழகாய் தோற்றமளித்த வெண்டைச் செடி, இடையே புதர்போல் கன்னிற்கு காணக் கிடைக்கும் தக்காளிச் செடி, கிளையை ஒடிக்க ஒடிக்க நீளமாய் வளர்ந்துகொண்டே செல்லும் முருங்கைமரம், இரும்புக் கம்பின் பக்கபலத்தில் சிலிப்பிக்கொண்டு வரும் செவ்வரளி, பார்த்த கண்ணுக்குப் பழுதின்றிக் கிடக்கும் பாரிஜாத செடி, சமீபத்தில் நட்டு இன்னும் குழந்தையாகவே இருக்கும் பப்பாளி, அதீத ஆக்ஸிஜனை அள்ளி வழங்கும் மணி பிளாண்ட், மதிலை ஒட்டியபடி படர்ந்து மனதை மயக்கும் நித்தியமல்லி, இன்னும் பூ வைக்காத கத்திரிச் செடி, நட்டுவைத்த கொம்பில் துளிர்விடத் துடிக்கும் புதினா இலை, கட்டக் கடைசியாகத் தள்ளப்பட்டிருந்த எலுமிச்சை மரம், தொட்டியில் முற்களுடன் சிரிக்கும் ஒற்றை ரோஜா, பூச்சி அரிக்கத் துவங்கியிருந்த செம்பருத்தி இலைகள், இன்னும் இன்னும் ஆங்காங்கேதான் தோன்றித் தனமாய் வளர்ந்திருக்கும் சங்குப் பூக்கொடிகள்... என அந்த வீட்டுத் தோட்டமே கண்களை நிறைக்கும்.

இன்று அந்தச் செடிகள் எந்த நிலையில் இருக்கிறதோ தெரிய வில்லையே என மனம் அடித்துக்கொண்டது. இருவருமே வேலைக்கு செல்லும் குடும்பமாக இருந்துவிட்டால் குழந்தைகளுக்குச் சோறு ஊட்டக்கூட நேரம் இருக்காது. இந்த நிலையில் செடிகளுக்கு நீர் பாய்ச்ச நேரம் எல்லாம் இருக்குமா? ஆனாலும் மனம் இருந்தால் மார்க்கம் உண்டு. கிடந்து தவிப்பதைவிடப் புதிதாக குடித்தனம் வந்த அந்த நபரிடம் ஒருமுறைப் பேசிப் பார்க்கலாமே என வள்ளிப்ரியாவுக்குத் தோன்ற குமரன் அனுப்பிய எண்ணைத் தொட்டு உயிர்ப்பித்தாள். அது கொஞ்சநேரம் மென்று முழுங்கிப் பின் அர்வினைத் தொடர்பில் இணைத்தது."

"ஹலோ... சொல்லுங்க, யாரு?"

"ம்... . ஹலோ... "

"சொல்லுங்க"

"ஹலோ குட் மார்னிங் சார். என் பெயர் வள்ளிப்பிரியா. அர்வின் தான பேசுறது."

"யெஸ். ஆமா சொல்லுங்க"

"நாகலிங்கம் சார் மூலமா உங்க போன் நம்பர் கிடச்சது. நீங்க களம்பூர்ல இப்ப வாடகைக்குக் குடியிருக்குற இந்த வீட்டுல முன்னாடி குடியிருந்தவங்க நாங்க"

"ஓ... அப்படியா! கிரேட். என்ன விஷயம் சொல்லுங்க"

"ஒன்னும் இல்ல சார். ஒரு சில தகவல் உங்ககிட்ட சொல்லனும். ஒரு அஞ்சு நிமிஷம் நேரம் கிடைக்குமா?"

"ம்... ஓகே. டெல் மீ"

"வந்து... நீங்க குடியிருக்குற அந்த வீட்டுலதான் நாலு வருஷமா நாங்க குடியிருந்தோம். வீடு சின்னதா இருந்தாலும் தோட்டம், முன்வாசல், பின்வாசல் பெருசு. பகல் நேரத்துல லைட் போட தேவையில்லை... . நல்லா காத்தோட்டமா இருக்கும்"

"வெயிட் வெயிட். ஆமா... ஹவுஸ் ஓனர் நீங்களா இல்ல நாகலிங்கம் சாரா?"

தனக்கு ஏற்பட்ட நியாயமான சந்தேகத்தை இடைமறித்து கேட்டான் அர்வின்.

"ஐயோ ஹவுஸ் ஓனர் அவங்கதான். இருங்க... சுத்தி வளைக்காம நான் ஸ்டிரெய்ட்டாவே சொல்லிடுறேன். நாலு வருஷமா தினமும் மொட்டை மாடி கூண்டு மேல பறவைங்களுக்கெல்லாம் ஆகாரம் வெப்பேன். காக்கா, குயில், மயினா, தவிட்டு குருவின்னு எல்லாம் வந்து ஆசையா சாப்பிட்டுப் போகும். பொகக் கூண்டு மேலயே ஒரு மண்சட்டி இருக்கும். அதுல தண்ணிய தளுக்க தளுக்க ஊத்தி வெப்பேன். எல்லாம் தாகம் தீர்ந்துட்டுப் போயிடும்க."

அர்வினுக்கு தலை கிறுகிறுக்க துவங்கியது.

அப்புறம் தோட்டத்துல பலவிதமான செடிங்க, சின்னச் சின்ன மரம் இருக்கு. அதுக்கெல்லாம் காலையில எழுந்து தண்ணி பாய்ச்சுவேன். ஒரு கால் மணி நேரம் செலவழிச்சாபோதும். அப்புறம் ... "

"என்னது... அப்புறம் இன்னும் இருக்கா?"

"யெஸ்... இன்னும் ஒன்னே ஒன்னுதான். இதோட முடிச்சிடுறேன். முன்வாசல்ல கருந்துளசிச் செடி மாடத்துல இருக்கு. அதுக்கு தினம் ஒரு சொம்பு தண்ணி ஊத்தினாபோதும். அழகா பச்ச பசேல்னு இருக்கும். ஏகாதசி நாளத் தவிர எல்லா நாளும் துளசிய பறிக்கலாம் , ஒரு நாலு இல பறிச்சி தினமும் சாப்பிட்டா இம்மியூனிட்டி பவர் கிடைக்கும். வாடவிட்றாதீங்க."

"சரி ஏங்க இதெல்லாம் எங்கிட்ட சொல்றீங்க?"

"சாரி. தப்பா நெனச்சிக்காதீங்க. பாவம்க அந்தச் செடி கொடிங்க. சிரமம் பார்க்காம நீங்க கொஞ்சம் தண்ணி ஊத்திவிட்டீங்கன்னா

அதுங்க பொழச்சிக்கும். இதச் சொல்லத்தான் உங்க நம்பர் வாங்கி பேசினேன். இது கம்பல்ஷன் இல்ல. உங்க விருப்பம். ஏதோ சொல்லனும்னு தோணுச்சு"

"ஓ... சாரிங்க... நீங்க சொல்ற மாதிரி என்னால செய்ய முடியுமான்னு தெரியல"

"ஏன்?"

"ஏன்னா... ஐ ஆம் எ கிறிஸ்டியன். எங்களுக்கு இந்த பறவைங்களுக்கு சாப்பாடு போடுறது துளசிச் செடிய கும்பிடுறது மாதிரியான எந்த ரிச்சுவல்சும் கிடையாது. நானும் என் வொய்ப்பும் காலயில வெளிய போனா ஈவனிங் செவனுக்குத்தான் வருவோம். எங்க குழைந்தயவே பாத்துக்க ஆள் இல்லாம க்ரீச்சுலதான்விடப் போறோம். காலையில எந்திரிச்சா வீட்டுல எனக்கும் என் வொய்ப்புக்கும் ரன்னிங் ரேஸ்தான் நடக்கும். குழந்தையை ரெடி பண்ணிக் கூட்டிப் போகவே சரியாக இருக்கும். இதுல சமயத்துல காலையில் டிபன் சாப்பிடவே நேரம் இருக்காது. ரெண்டு தம்ளர் தண்ணிய வயித்துக்குள்ள தள்ளிட்டு ஓடிடுவோம். இந்த லட்சணத்துல என்னால எந்த ஸ்யூரிட்டியும் கொடுக்க முடியாது. ஸோ... " ஒரே மூச்சாக சொன்னான் அர்வின்.

"ஓ... வெரி சாரி. உங்க நெலம தெரியாம நான் சொல்லிட்டேன்.. எனக்கு என்னன்னா அந்த செடிங்க கூடெல்லாம் தினம் காலயில தண்ணி பாய்ச்சிட்டுத் தொட்டுப் பேசுவேன். கர்நாடக சங்கீதத்த தோட்டத்துப் பக்கம் கேக்குற மாதிரி செட்டுல போட்டு சவுண்டா ஒலிக்கவிடுவேன். அதுங்களும் மத்த வீட்டவிட எங்க வீட்டுல புசு புசுன்னு சமர்த்தா வளர்ந்துடுங்க. அதனால மனசு தாங்கல. ஒரு வார்த்த சொல்லிப் பார்த்தேன். பரவாயில்ல. எல்லாம் உங்கச் சூழலுக்கு ஒத்து வந்தா தான நீங்க செய்ய முடியும்! நான் ஏதாவது தப்பா சொல்லியிருந்தா மன்னிச்சிடுங்க."

"இட்ஸ் ஓகே. பை தி வே உங்க மனிதாபிமானத்துக்கு தலை வணங்குறேன்."

"ஓகே மிஸ்டர் அர்வின். உங்க குழந்தைய நல்லபடி பார்த்துக்கோங்க. அட் தி சேம் டைம் காலையில பிரேக்ஃபாஸ்ட்ட ஸ்கிப் பண்ணிட்டு ஆபிஸ் போகாதீங்க. ஒரு மணி நேரம் முன்னாடி எந்திரிச்சு பாருங்களேன். லைஃப் ல நிறைய மேஜிக் நடக்கும். அப்புறம் நீங்களும் உங்க வொய்ப்பும் சாப்பிடாம போற தேவை இருக்காது,

உங்களுக்கு இது ஏற்பில்லன்னாலும் இவ்ளோ நேரம் நான் சொன்னதை பொறுமையா கேட்டதுக்கு ரொம்ப தேங்க்ஸ். பை"

ஒரு பெருமூச்சோடு இணைப்பைத் துண்டித்தாள் வள்ளிப்பிரியா.

வள்ளிப்பிரியாவிடம் பேசியது வெறுமனே பத்து நிமிடங்கள்தான். என்றாலும் பத்து மணி நேரத்திற்கு பிறகும் அவளது பேச்சின் பாதிப்பு இருந்துகொண்டேதான் இருந்தது. அர்வின் மனதில் ஏதேதோ எண்ணங்கள் எழுந்தவண்ணம் இருந்தது. உறக்கம் கலையும் வேளைகளில் மொட்டை மாடியில் பறவைகள் இரைந்த சத்தத்தின் காரணம் இப்போதுதான் விளங்கியது. ஜன்னல் வழியே முன்வாசலில் இருந்த துளசி மாடத்தைப் பார்த்தான். கருந்துளசி காற்றுக்கு வாகாய் தன் தலையை மெல்ல அசைத்தது. வள்ளிப்பிரியாவின் குரலின் இறுதியில் தெரிந்த வாட்டம் அர்வினை என்னவோ செய்தது.

அந்தப் பெண் சொன்னதைப்போல் ஒரு மணி நேரம் முன்னெழுந்தால் தன்னுடைய அனைத்துப் பிரச்சனைகளும் சரியாகும்போல் தெரிந்தது. வாயில்லாப் பிராணிகளுக்கு உணவிட்டால்தான் என்ன? துளசியைப் பறித்து ஏசுநாதருக்கு வைத்தால் வேண்டாமென்றா சொல்லப்போகிறார்? இல்லை நாம் முகர்ந்து பார்த்தால் மூச்சா நின்றுவிடும்? செடிகளிடம் நம் அன்பைக் காட்டித்தான் பார்ப்போமே என எண்ணங்கள் மேலெழும்பி வந்தது.

முற்பிறவியில் அர்வினும் வள்ளிப்பிரியாவும் கணவன் மனைவியாக வாழ்ந்தது இந்த பிரபஞ்ச ரகசியங்களுள் ஒன்றாக இருப்பது அவர்களுக்குத் தெரிய வாய்ப்பில்லை.

14
பூரணியும் கொலு போட்டியும்

தன் மனதுக்கு நெருங்கிய மகளிர் பத்திரிகையில் 'பிரம்மாண்ட மெகா கொலு போட்டி' அறிவிப்பைப் பார்த்ததும் பூரணிக்கு தொண்டை குழியில் தேன் இறங்கியதைப் போல இனித்தது.

அழகிய கொலு புகைப்படத்துடன் போட்டி குறித்தான அறிவிப்பும் அதற்கான விதிமுறைகளும் வழவழ காகிதத்தில் தென்பட, அது பூரணியின் கண்களுக்கு விருந்தாய் அமைந்தது. "சொக்கா... 1000 பொற்காசுகளும் எனக்கே எனக்கா!" எனப் பரிசுக்கு ஏங்கிய திருவிளையாடல் தருமிபோல் அவள் மனம் பரிசு குறித்து அதிகம் யோசித்துக்கொண்டாட்ட நிலைக்குத் தாவியது. 6 சிறப்புப் பரிசுகளும் 12 ஊக்கப் பரிசுகள் என மொத்தம் 18 இல்லக் கொலுவுக்குப் பரிசுகள் கிடைக்கப் போகிறது. ஆறு சிறப்புப் பரிசுகளுள் ஒன்றை அடைந்தே தீருவது எனப் பார்த்த மாத்திரத்தில் மனதில் பதிவு செய்துகொண்டாள் ஏனெனில் சிறப்புப் பரிசுக்கான தொகை மிக அதிகம் மற்றும் பூஜைக்கு தகுந்த வெள்ளிப் பொருட்களும் அதனுள் அடக்கம்.

விண்ணப்பிப்பவர்களைக் குலுக்கல் முறையில் தேர்ந்தெடுத்து அவர் இல்லத்துக்கு திடீர் விஜயம் செய்து பரிசுக்குரியவர்களைத் தேர்வு செய்வர் என விதிமுறையில் இருந்தது. விண்ணப்பக் கூப்பனையும் பூர்த்தி செய்து அனுப்ப வேண்டும். அனைத்தும் செய்து அனுப்பினாள்.

அந்தக் கடிதத்தைத் தபால் பெட்டியில் சேர்ப்பித்த அடுத்த நொடியிலிருந்து பூரணியின் மனம் ரெக்கைக் கட்டிப் பறந்தது.

இத்தனைக்கும் பூரணி சென்ற வருடம் புரட்டாசியில் கூட இந்த வருடம் கொலு வைக்கலாமா எனப் பெரிதாக யோசித்தவள். அவளின் குடும்பம் கொலு வைக்கும் வழக்கத்தைக் கொண்டதுதான். ஆனால் அவளின் மாமியார், 15 வருடங்களுக்கு முன்பாக அவருக்கு ஏற்பட்ட மனகஷ்டங்களால் கொலு வைக்கும் முறையையே தவிர்த்து

விட்டிருந்தார். பின்னால் வந்த பூரணியும் தன் வேலைப்பளு, உடல் அசதி, சோம்பேறித்தனத்தை கருத்தில்கொண்டு மாமியாரின் செயலுக்கு அச்சுஅசலாய் ஒத்துப்போனாள். அந்த பழைய சோம்பேறித்தனத்தை தற்போது சுருட்டி பரண் மீது வீசியெறிந்தது சாட்சாத் இந்த போட்டியேதான்.

15 நாட்களுக்கு முன்பிருந்தே ஆயத்தப்பணிகளை தொடங்கி விட்டாள் பூரணி. பூசலார் மனதிலேயே சிவபெருமானுக்கு கோயில் கட்டிக் கும்பாபிஷேகம் நடத்தியதுபோல பூரணியும் மனதிலேயே கொலு படிகளை அடுக்கி இன்னின்ன படியில் இத்தனை பொம்மைகள் என இறுதியில் கலசம் கூட நிறுத்திவிட்டாள். எந்தெந்த விதத்தில் கொலுவில் புதுமைகளைப் புகுத்த முடியும் என அவள் மூளை தீவிரமாக யோசித்துக்கொண்டே இருந்தது.

பொம்மைகளைக் கொலுவில் வைக்காது பரணிலோ பெட்டியிலோ வருடக்கணக்காய் பூட்டியே வைத்திருப்பது குடும்பத்துக்கு நல்லதல்ல. அந்தப் பொம்மைகள் சாபம் இட்டுவிடும் என பலரும் அவளுக்குச் சொல்லி அறிவுறுத்தியிருந்தது வேறு ஒரு புறம் அவளது மண்டையில் இத்தனை நாளும் உருண்டுகொண்டிருந்தது

அத்தனை பேரின் அறிவுரைகளுக்கு மதிப்பு கொடுக்காதவளின் மனம் ஏனோ இந்தப் பத்திரிகை நடத்தும் 'மெகா கொலு போட்டி'யின்பால் வீழ்ந்துப் போயிற்று.

கொலு செய்திகளைத் தேடித்தேடி வாசித்தாள். நவதானியங்களை முன்கூட்டியே பலசரக்குக் கடைகளில் சேகரித்தாள். வீட்டில் ஒட்டடை காணாமல் போயின. ஜன்னல் கம்பிகள், கண்ணாடி, கதவுகள், மரச்சாமான்கள் துடைக்கப்பட்டு பளிச்சென மின்னியது. படுக்கை விரிப்புகள், திரைச்சீலைகள், கால் மெரிப்பான்கள் துவைத்து அலசிக் காயவைக்கப்பட்டன. பழைய ஓட்டை ஒடிசல் பாத்திரங்கள் ஒழிக்கப்பட்டு அடைசல்கள் விலகின. தலைவாசற்கால் தூசியின்றி பளிச்சென உருமாறியது. வீடே அமர்க்களமாக மிரட்டியது.

பத்திரிகையின் போட்டிக் குழு தம் வீட்டுக்கு வரும்போது அவர்களை எப்படி வரவேற்பது, எங்கே அமர வைப்பது, எதையெல்லாம் உண்ணக் கொடுத்து உபசரிப்பது என்ற வரையில் மூளையில் வலை பின்னல்கள் பூரணிக்கு.

வரும் சுமங்கலிகளுக்கு தாம்பூலம் கொடுக்க மஞ்சள், குங்கும குப்பிகள், வெற்றிலைப் பாக்கு வாழைப்பழ இத்யாதிகள், சுண்டல்

செய்ய 9 வகை தானியங்கள் எனப் பார்த்துப்பார்த்து வாங்கினாள். லலிதா சகஸ்ர நாமா மற்றும் தேவி மகாத்மிய பாடல் சி.டி.க்கள் கைவசம் பெற்றாயிற்று. இன்னும் இன்னும் புதுப்புது உத்திகள் என்பதாய் அவள் மனமெங்கும் கிளைபரப்பி ஓடியது.

நவதானியங்கள் ஊற வைத்து முளை கட்டப்பட்டுச் செம்மண்ணில் விதைத்தும் ஆயிற்று. முளைத்து வருவதுதான் பாக்கி.

இன்னும் இரண்டே நாளில் அமாவாசை. அன்றுதான் நல்ல நேரம் பார்த்து கலசம் நிறுத்த வேண்டும். வீடு நீரால் கழுவப்பட்டுத் தூய்மை பெற்றது.

ஏற்கனவே எக்கச்சக்க பொம்மைகள் அவள் இல்லத்தில் நிறைந்துள்ளது. வருடத்திற்கு ஒன்று உயிர் கொடுக்க வாங்கி வைக்க வேண்டும் என்ற சாங்கியத்துக்கு புதுவிதமான பொம்மை வைக்க விரும்பி அழகான கிருஷ்ணர் பொம்மை ஒன்றை மட்டும் வாங்கினாள்.

பூரணியின் இந்த அபரிமித மாற்றம் தீனாவைப் புருவம் உயர்த்தச் செய்தது. எத்தனையோ முறை உறவுகள் சொல்லிக் கேட்காத இவள் ஒரு பத்திரிகைப் போட்டிக்கா இப்படி மாறிப்போனாள் என அசந்து போனான். நாளுக்கு நாள் அவள் முகத்தின் தேஜஸ் கூடிக்கொண்டே போனது.

விடிந்தால் அமாவாசை. இன்றைய தினமே பரணிலிருந்து பொம்மைப் பெட்டிகளை தீனாவின் உதவியுடன் இறக்கினாள். காகிதக் கிழிசல்கள் மற்றும் வைக்கோல் சூழப் பொதியப்பட்டுக் கிடந்த பொம்மைகளைக் கையிலெடுக்கையில் கருப்பையிலிருந்து குழந்தைகளை எடுப்பதுபோல இருந்தது அவளுக்கு. ஏனோ திடீரென கண்கள் பனித்தது. தொண்டை அடைத்தது. கை கால்களில் ஒருவித நடுக்கம். இத்தனை பொம்மைகளைத் தன்னால் சரிவர வைத்து சுத்தபத்தமாக நவராத்திரியைக் கடக்க முடியுமா என்ற பயம் முதன் முதலில் ஒரு மிருகமாகத் தோன்றி அவளுக்குள் உலவத் தொடங்கியது. இது சிறு குழந்தைகள் ஆடும் சொப்பு விளையாட்டுப் போன்றதல்ல, பூஜை புனஸ்காரங்களை அத்தனை ஆச்சாரமாகச் செய்யவேண்டும் எனும் பக்தி அவளுக்குள் பயமாக அவ்வப்போது வெளிப்பட்டது.

கொலு வைக்கும் நாளும், ஒரு வழியாக வந்தே வந்தது. மஹாளய அமாவாசையில் தலைமுழுகிக் காலையிலேயே ஒன்பது படிகளை பலகைகள் போட்டு நிரவினான் தீனா. ஆரம்பத்தில் விருப்பமின்றி மொழிந்திருந்தாலும் பூரணியின் பேரார்வம் அவனுக்குள்ளும் சற்றே

இறங்கி மந்திரச்செயல் புரிந்திருந்ததால் அவளுக்கு முடிந்தவரையில் உதவி செய்துவிட்டு அலுவலகத்துக்குக் கிளம்பிப்போனான்.

அரைப்படி பச்சரிசியை ஆழ அகல இட்டு நிரப்பி அதன்மேல் பளிச்சென துலக்கி வைக்கப்பட்டிருந்த பித்தளைக் கலசச் சொம்பின் வாயளவு சுத்தமான நீர் நிரப்பினாள். பின் அதில் சிட்டிகை பச்சை கற்பூரம், கதம்பொடி, தட்டிய ஏலக்காய், சிறிதளவு கோமியம், ஒரு ரூபாய் நாணயத்தை வரிசையாகப் போட்டாள். அத்தனையும் தன் மாமியார் அலைபேசியில் சொல்லச் சொல்ல குறித்து வைத்தவைகள் தாம். நல்ல பச்சை வாசம் கொண்ட தேர்ந்த பாங்கான மாயிலையை தேர்ந்தெடுத்து விரித்துக் கிடத்தி மட்டைத் தேங்காயைச் சீராக நிறுத்தி மூன்று பட்டை விபூதி பூசி, நடுவே குங்குமத் திலகம் இட்டாள். அவ்வளவுதான். கலசம் நிறுத்தியாயிற்று.

அடர்ந்து கட்டிய கனகாம்பரம் மற்றும் மல்லிச்சரங்களை கலசத்தில் இட்டு நடுநாயகமாக ஒற்றை ரோஜாவை இருத்தியதும் தெய்வீக கலை கலசத்தில் அமர்ந்துகொண்டது.

வீடெங்கும் அந்த நேர்மறை வீச்சின் தன்மை எதிரொலித்தது. பெருவாரியாக இருந்த சுவாமி பொம்மைகளை அதன் உயரம் அளவுகளுக்கேற்பப் படியினில் நிரவினாள். பருத்தித் துணியினால் துடைத்துவிட்டு அடுக்கும்போது ஒவ்வொரு பொம்மையின் பேசும் கண்கள், கூரிய மூக்கு, அழகிய வேலைப்பாட்டுடன் அமைந்த ஆபரணங்கள் என ரசித்து அடுக்கியதில்... மனம் லேசாகியது அவளுக்கு. ஒவ்வொரு பொம்மையும் ஒவ்வொரு கதையை சுவாரஸ்யமாக தன்னுள் ஒளித்து வைத்திருந்தது. அதிலும் அவளின் ஆதர்ச கடவுள் ஸ்ரீராமனின் உருவம்கொண்ட பொம்மை உயிர் பெற்று அவளிடம் பேசுவதுபோல் இருந்தது.

கூட்டாக இடம்பெறும் குழு பொம்மைகள், அடுக்கி வைக்கப்படும் நேர்த்தியில் ரசனை கூடிக்கொண்டிருந்தது.

பூரணி காலை முதல் மாலை வரை பொம்மைகளுடனே புழங்கி, பொம்மைகளுடனே பேசி, பொம்மைகளுடனே சிரித்தாள்.

இத்தனை காலம்... கிட்டத்தட்ட 10 வருடங்களுக்கும் மேல் பூட்டியே கிடந்த பொம்மைகளிடம் மானசீகமாக மன்னிப்புக் கேட்கும் விதமாய் இருந்தது அவளது செயல்கள்.

மாலை வீடுவந்த தீனா மலைத்துப் போனான். அவர்களது வீட்டில் ஓரளவு பெரிய கூடம்தான். இவர்கள் இருவரும் புழங்குதல் வேண்டி

கொஞ்சமே கொஞ்சம் இடம்விட்டு மீதி இடங்களிளெல்லாம் பொம்மைகளை நிரப்பி இருந்தாள். அதுவும் அத்தனைச் செறிவாக.

தன்னந்தனிப் பெண்ணாக பூரணி மேற்கொண்ட சிரமத்தைப் பார்த்த அவனுக்கு இது நாள் வரை இல்லாது அவள் மேல் பெரிய மரியாதை ஏற்பட்டது. அவளின் தனித்திறன் அவனுக்கு விளங்கியது.

மறுநாள் மாலைக்குள் பூங்கா, கோயில் வளாகம், திரையரங்கம், துணிக்கடை, சாலைகள், மருத்துவமனை, குடில்கள், திருமண மண்டபம் என அமர்க்களமாய் தயாராகிவிட்டது கொலு... மக்கள் பார்வைக்காக.

நவராத்திரியின் முதல் நாளிலேயே காலை மாலை என சுத்த பத்தமாக நைவேத்யம் செய்து படைத்தாள். பொம்மைகளைப் பார்க்க பார்க்க மனம்கொண்டாட்டமாக இருந்தது. இது அத்தனையும் தன் ஒருவளின் முயற்சியிலா சாத்தியமாகியது என்று நினைக்கையில் உடல் முழுவதும் புல்லரித்தது. உடல் அசதி ஒரு புறம் இருந்தாலும் அது நீங்கி பூரணம் பெற்றது போல மனம் நிறைந்தாள் பூரணி.

பக்கத்து வீட்டுக் குட்டிப் பாப்பாவை நன்றாக அலங்கரித்து தெருவில் உள்ள அனைத்து வீடுகளுக்கும் அழைப்புவிடுக்கச் செய்தாள்.

முதல் இரண்டு நாட்களுக்குக் கூட்டம் கொஞ்சம் குறைவுதான். பின் பூரணி வீட்டில் புதிதாய் மீண்டும் கொலு வைக்கத் துவங்கியிருப்பது காட்டுத்தீபோல் பரவி அடுத்தடுத்த நாட்களில் அவளை மூச்சுத் திணற வைக்கும் விதமாய் அக்கம்பக்கத்தார் வந்து வாய்பிளந்தனர்.

வந்திருந்த அத்தனை பேரும் பாரம்பரியத்தைவிட்டுக்கொடுக்காது பூரணி திரும்ப கொலு வைக்கத் துவங்கியதை வாழ்த்திய வண்ணம் இருந்தனர்.

தன் முயற்சிக்கு இத்தனை பாராட்டா என நெக்குறுகினாள் பூரணி. பொம்மைகள் அடுக்கி வைக்கப்பட்டிருந்த அழகை வந்திருந்த அனைவரும் பாராட்டித் தள்ளினர். பூரணிக்குத் தனி அந்தஸ்து கூடிவிட்டதாக வாய்ஜாலம் செய்தனர்.

அக்கம் பக்கத்து தெரு மழலைகள் பட்டாளத்துடன் வந்து சுண்டல் பெற்றுச் சென்றதுகள். அவர்கள் அத்தனை பேருக்கும் அவள் “கொலு ஆன்ட்டி” ஆனாள்.

வந்திருந்தவர்களில் ஒரு சில பெண்கள் அமர்க்களமாய் பாட்டு பாடினார்கள். 7 மணிக்கெல்லாம் செய்து வைத்த சுண்டல் தீர்ந்து

போகும் அளவு கூட்டம் வந்தது. பூரணி கொலு வைத்த செய்தி அறிந்த உறவினர் பெண் ஒருத்தி தன் மகளின் திருமணம் விரைந்து நடக்க வேண்டி மனதில் பிரார்த்தித்துக்கொண்டு அண்ணாமலையார் உண்ணாமலையம்மன் பொம்மையை வாங்கிக் கொடுத்தாள்.

சிறுவர் சிறுமிகள் கண்களை அகல விரித்துப் பொம்மைகளை கண்டார்கள். ஒரே இடத்தில் இத்தனை பொம்மைகளைப் பார்த்ததும் வழக்கமாகப் பொம்மை வேண்டும் என அடம்பிடிக்கும் சில வாண்டுகள்கூட செய்வதறியாது பிரமித்துப்போயின. பூரணியின் வீட்டைவிட்டு நகர்வேனா என்றதுகள்.

சில பிள்ளைகளோ ஆர்வக்கோளாறில் பொம்மைகளை முன்னும் பின்னும் நகர்த்தின. செல்லக் கோபத்தை முகத்தில் காண்பித்து அவர்களைத் திருத்தினாள் பூரணி.

தீனா தன் நட்பு வட்டத்திலிருந்த அனைவருக்கும் அழைப்புவிடுத்தான். அவர்களும் கொலு பொம்மைகளைப் பார்த்துப் பரவசமடைந்து கொலு தத்துவம் என்றால் என்ன என்பது வரை இவர்களிடம் கேட்டு விளங்கிச் சென்றார்கள்.

வழக்கமான வீட்டு வேலைகள் மட்டுமல்லாது கூடுதலாகிப் போன இந்த பணிச்சூழல் கடுமையாக இருப்பினும் மனம் ஒன்றி செய்தததால் அயர்ச்சி தெரியவில்லை அவளுக்கு. நவராத்திரியை முன்னிட்டு தினசரி அவள் படுப்பதற்கு இரவு 11.30 தாண்டியது.

ஒரு பெண்ணாக இருப்பதன் சிறப்பைத் தாம்பூலம் கொடுக்கும்போது பூரணி பூரணமாய் உணர்ந்தாள். பெண்ணாகப் பிறந்து வளர்வதில் இது போன்ற சில சௌகர்யங்கள் உண்டு தானே!

ஐந்து நாட்கள் கடந்துவிட்டது. நவராத்திரியின் ஆறாம் நாளும் துவங்கியாயிற்று. அது வரை இயல்பாக இருந்துவிட்டவளின் கண்கள் ஆறாம் நாள் அலைபேசியையே வெறித்துக்கொண்டிருந்தது.

முதல் மூன்று நாட்கள்விடுத்திருந்தாலும் நான்காம் நாளிலிருந்து அந்த பத்திரிகைக் குழு கொலு இல்லத்தைத் தேர்ந்தெடுத்து சென்று வந்திருப்பார்கள். ஐந்து நாள் கழித்தும் தனக்கு அழைப்பு ஏதும் வராததை எண்ணி அவள் மனம் மெல்லிய நடுக்கத்திற்கு ஆட்பட்டது.

தீனாவிடம் சொன்னால் தன்னைக் கடிந்துகொள்வான் என்பது அவளுக்குத் தெரியும். இன்னும் 4 நாட்கள் மீதமிருப்பதை எண்ணி கண்டிப்பாக தம் இல்லம் வருவார்கள் என நம்பினாள்.

116 | சங்கு தீர்த்தம்

5 ஆம் நாள், 6 ஆம் நாள், 7 ஆம் நாள் என அடுத்தடுத்த நாட்கள் அவளைப் பொறுத்த அளவில் விரைவிலேயே கடந்துபோயிற்று. நவராத்திரியின் 8 ஆம் நாளும் வந்துவிட்டது. மறுநாள் சரஸ்வதி பூஜை.

எண்ணெய் கையிலிருந்து பாத்திரம் வழுக்கியதைப் போல பூரணியின் நம்பிக்கை நழுவிப் போயிற்று. 8 ஆம் நாளின் இரவு சுண்டல் பாத்திரம் தன் கனம் இழந்து வெறுமை பூசிக்கொண்ட நேரம். பூரணிக்கோ நெஞ்சுப் பகுதியில் கணமானக் கல்லை வைத்தது போல ஆற்றாமை அழுத்தியது.

எத்தனை எதிர்பார்ப்பு! எத்தனை பிரயத்தனம்! அத்தனையும் வீணாகிவிட்டதோ என்ற தவிப்பு. இனி தீனா கூட தன்னை இது குறித்து அடிக்கடி கிண்டல் செய்வான். பூரணிக்கு உள்ளுக்குள் புழுங்கியது. இனி பத்திரிகைக் குழு தம் வீட்டுக்குவரச் சாத்தியமே இல்லை என்ற உண்மை புரிந்தது. இரவு 8.30ஐ நெருங்கிக்கொண்டிருந்தது. இந்நேரம் தொடர்பு கிடைப்பது அத்தனை எளிது அல்ல. ஆனால் தொலைபேசியில் அழைத்து ஒருமுறை பத்திரிகை அலுவலகத்துக்கே கேட்டுவிட்டால் என்ன என்ற யோசனை அழுத்த அலைபேசிக்கு உயிர் கொடுத்தாள். அழைப்பை ஒரு பெண் குரல் ஏற்றது.

“மேடம்... நான் பூரணி. வேலூரிலிருந்து பேசறேன். உங்க பத்திரிகை நடத்துற கொலு போட்டிக்கு விண்ணப்பிச்சிருந்தேன். திடீர் விசிட் வருவாங்கன்னு போட்டிருந்தீங்க. நானும் இந்த நாள் வரை எதிர்பார்த்திட்டிருக்கேன். எங்க வீடு தேர்வாயிருக்கா? எங்க வீட்டுக்கு குழு வருவாங்களா? நாளைக்கு சரஸ்வதி பூஜை. இன்னும் ஒரு நாள்தான் பாக்கி இருக்கு.”

“ஹலோ... ஹலோ... மேடம். உங்க ஆர்வத்துக்கு நாங்க தலைவணங்குறோம். ஆனா நீங்க ஒரு விஷயத்த புரிஞ்சுக்கணும். தேர்வான 18 பேருக்கும் முன்னமே போன்ல தகவல் தெரிவித்தாச்சு. எங்க குழு அவங்க வீட்டுக்கும் விசிட் போயிட்டு வந்துட்டாங்க. நேத்தோட அந்த புராஜெக்ட் முடிஞ்சிடுச்சி. ஸோ... இனிமே எதிர்ப்பார்க்காதீங்க. போட்டியில் கலந்துகொண்டதுக்கு எங்க பத்திரிகை சார்பா நன்றி. கண்டிப்பா அடுத்த வருஷம் கலந்துக்குங்க மேடம். அடுத்த வருடத்தில் உங்க முயற்சி வெற்றி பெற வாழ்த்துக்கள் மேடம்” என்றார்.

பூரணிக்குத் தலைச் சுற்றியது. இப்போது தன் மீதே அவளுக்கு கழிவிரக்கம் பொங்கியது. இதை 3 நாட்களுக்கு முன்பே கேட்டுத்

தொலைத்திருந்தால் கூட இத்தனை நாள் நிம்மதியாகவேனும் இருந்திருக்கலாம். மனதில் முளைத்த ஆசை தீக்கு நெய்விட்டு நெய்விட்டு வார்த்து இப்போது குபீரென அணைக்க வேண்டும் என்றால் என்ன செய்வது? எதிர்பார்த்து ஏமாந்த வலியைத் தாங்கிக்கொள்ள முடியவில்லை.

தற்போது வெடித்து அழ வேண்டும்போல் இருந்தது அவளுக்கு. வெளியே தீனாவின் ‘புடு புடு’ வண்டிச் சத்தம். உள் நுழைந்த தீனா பூரணியின் முக வாட்டத்தை அறிந்து துருவினான். மடை திறந்த வெள்ளம் போல மொத்தத்தையும் கொட்டி முடித்து விம்மினாள். வீட்டில் ஓடிக்கொண்டிருந்த மின்விசிறியின் ‘கரக் கரக்’ சத்தம் அவளுடன் சேர்ந்து அழுவதுபோல் இருந்தது.

கொலு வைத்த வீட்டில் கண் கலங்கக் கூடாது என ஒருவாறு சொல்லி அவளைத் தேற்றுவதற்குள்போதும்போதும் என்றாகிவிட்டது அவனுக்கு.

மறுநாள் சரஸ்வதி பூஜை. காலையிலிருந்தே சுரத்தில்லாமல்தான் வேலை செய்துக்கொண்டிருந்தாள். ”அம்மாவும் அண்ணியும் சாயந்திரம் வருகிறார்களாம்” எனத் தனக்கு அலைபேசியில் வந்த தகவலை பூரணியிடம் தெரிவித்திருந்தான் தீனா. அவர்களின் வருகையை ஒட்டி சற்றே இயல்பாகி இருந்தாள் பூரணி.

மாமியார் அறிவழகி, ஓர்ப்பொடி மீனா மற்றும் மீனாவின் இரு மகன்கள் என நால்வரும் காரில் வந்து இறங்கினார்கள். அறிவழகி முதுமை காரணமாக இயலாமையில் தாங்கியபடி நிதானமாக நடந்து வந்து உள்நுழைந்தாள். வந்ததும் சோபாவில் பொத்தென அமர்ந்தவள் ஒரு வாய் தண்ணீர் குடித்துவிட்டுக் கூடத்தை நிமிர்ந்து பார்த்தாள்.

உதடுகள் துடித்தது. அவள் கண்கள் விரிந்தது. புருவம் எழும்பியது. தொண்டைக் குழி மேலும் கீழுமாக ஏறி இறங்கியது. பக்கத்தில் நின்றிருந்த பூரணியைப் பார்த்தாள்.

தான் வாழ்ந்த வீட்டில் மற்றொருமுறை கொலு வைக்கப்பட்டு பார்த்ததே அவளுக்குப் பேரானந்தம் தந்தது.

பூரணியின் மேல் பெரிதாகப் பிடிப்பு ஏற்படாத நிலையில் பெரியவன் குடும்பத்துடனே தங்கிவிட்டவள்தான் அறிவழகி. தற்போது பூரணியை ஆழ்ந்து பார்த்தார். பூரணி கொஞ்சமாக இதழ் விரித்து அறிவழகியின் பார்வை தீட்சையை அழகாக உள்வாங்கினாள்.

"பூரணி... ரொம்ப அழகா கலை நேர்த்தியா கொலு வெச்சிருக்க. உனக்கு எப்படி கொலு வெக்கணும்னு தோணுச்சு?" அங்கே ஒரு சின்ன அமைதி. பின் அதை உடைக்கும் விதமாக அவரே தொடர்ந்தார். "உன் மாமனார் காலமானமேல வெறுங்கழுத்தோட சுமங்கலிங்களுக்கு எப்படி தாம்பூலம் கொடுக்கறதுன்னு அந்த வருஷத்தோட கொலு வைக்குற பழக்கத்தவிட்டவதான். ம்ம்ம்... மீனா வந்த மேல எத்தனயோ முறை சொல்லிப் பாத்துட்டேன். அவ அதப்பத்தி நெனச்சிக்கூட பாக்கல. ஆனா நீ இந்த வருஷம் கொலு வெச்சு என் வயித்துல பால வாத்துட்ட. நம்ம குடும்பத்துல பல தலைமுறையா கொலு வெச்சு என்னால தொடர முடியாமப் போயிடுச்சேங்குற குற்ற உணர்வு யென்ன அரிச்சிட்டே இருந்துச்சு. இன்னிக்குதான் அதிலிருந்து விலக்குக் கெடச்சிருக்கு" என பூரணியின் கைப்பிடித்து அறிவழகி நெக்குறுகினாள்.

வசிஷ்டர் வாயால் பிரம்மரிஷி பட்டம் வாங்கியதுபோல் இருந்தது பூரணிக்கு.

அவ்வளவு சீக்கிரம் தன் அம்மாவிடமிருந்து நல்ல பெயர் வாங்கிவிட முடியாது என்பது தீனாவுக்குத் தெரியும். தன் தாயிடம் இப்படி சில வார்த்தைகளைக் கேட்டதும் சந்தோஷத்தில் அவனுக்கும் தலைகால் புரியவில்லை. பூரணியை வாஞ்சையுடன் பார்த்தான்.

தன் மாமியாரின் ஆசிர்வாதம் கிடைத்த திருப்தியில் அந்த பத்திரிகைக்கு மனதிற்குள்ளாகவே மானசீக நன்றி தெரிவித்துக் கொண்டிருந்தாள் பூரணி.

இப்போது அந்த பத்திரிகையின் பரிசு கிடைக்கவில்லையே என்ற கவலை துளிக்கூட மிஞ்சாமல் முழுதும் துடைக்கப்பட்டுவிட்டது பூரணியின் மனதில்.

ஒரு பத்திரிகை பரிசுப் போட்டி தன் வாழ்க்கையில் இப்படியும் மலர்ச்சி ஏற்படுத்துமா என்று ஆச்சர்யத்தில் அசந்து போனாள் பூரணி.

15

சங்குத்தாமரை

நகரத்தின் பிரதான காய்கறி அங்காடிக்கு அருகாமையில் பிரியும் முட்டுச்சந்தின் கிழக்குப் புறம்தான் வெண்பாவின் வீடு. முன்பு குடியிருந்த அந்த கையகல வீட்டை கடந்த மாசியில்தான் காலி செய்து இங்கே புதிதாகக் குடிபுக ஏற்பாடு செய்திருந்தான் வெண்பாவின் கணவன் பூவராகவன். குறி கேட்க வரும் கூட்டத்தை அமர்த்த இடமின்றி தவித்த பூவராகவன் கொஞ்சம் சல்லீசாகத்தான் வாடகை பேசியிருந்தான். தன் மனைவி வெண்பாவிடம் குறி கேட்க வெளியூரிலிருந்தெல்லாம் செவ்வாய், வெள்ளி, ஞாயிறுகளில் குவியத் தொடங்க வாயெல்லாம் பல்லாக உள்ளுக்குள் அத்தனை குதூகலம் அவனுக்கு. நாடி வந்தவர்களுக்கெல்லாம் நேரங்காலம் பார்க்காது சேதி சொல்ல சொல்ல பூவராகவனின் வசம் சில்லறைகள் கொட்டோ கொட்டென்று கொட்டியது.

இதை எதிர்பார்த்தே வெண்பாவை அவன் வம்படியாகக் குறிசொல்ல இழுத்துவிட்டது தனிக்கதை. ஆனால் அவனே எதிர்பாராவிதமாய் வெண்பாவின் சொல்லுக்கு ஊரே உச்சு கொட்டி ஆமாஞ்சாமி சொல்லித் தலையாட்டியது. வெண்பா வசம் அந்த அங்காளபரமேஸ்வரியே குடியேறிவிட்டதாய் பூவராகவனும் ஒரு கட்டத்தில் நம்பத்தொடங்கிவிட்டான். தங்க முட்டையிடும் வாத்து கணக்காய் வெண்பாவைப் பொத்தி காக்கத் தொடங்கினான்.

அன்று ஞாயிற்றுக்கிழமை. வாசலில் 7 மணி வாக்கிலேயே நல்ல கூட்டம். புலவன்பாடியிலிருந்தும் மட்டதாரியிலிருந்தும் இரண்டு குடும்பங்கள் பொண்டு பொடிசுகளூடன் வந்திருந்தனர். “இன்னுமா தலைய மொழுகுற? எத்தன நேரமா நின்னுட்டிருக்கு கூட்டம். வா தாயி” என சாமிப் படங்களுக்குப் பூ சாற்றியபடியே குரல் கொடுத்துக்கொண்டே இருந்தான் பூவராகவன். வெண்பாவுக்கு உடம்புக்குச் சுகமில்லைதான். ஆறேழு மாதங்களாக விதவிதமாய், விசித்திரமாய் கதைகள் கேட்கிறாள். அவர்கள் நாடிப் பிடித்து விஷயம்

அறிந்து பக்குவமாய் கதை அளக்கிறாள். அவர்களின் துயரங்களை உள்வாங்கி தானும் அழுது அவர்களையும் அழவைத்து அவர்களின் பிரச்சனைகளுக்குத் தீர்வு சொல்லுவதுமாய் அது ஒரு மயிர்க்கூச்செறியும் அணுகுமுறை. படமெடுத்து ஆடும் பாம்பின் சீற்றத்தைச் சமயத்தில் வெளிப்படுத்த வேண்டியிருக்கும். கண்களை மூடியபடி உக்கிரமாய் தேம்பித்தேம்பி அழவேண்டி இருக்கும். ஆவேசமாக கண்களைத் திறந்து “சொல்லுடி… நீ என்னை ஏமாத்த முடியாது” என்று எதிரில் திரண்டிருக்கும் கூட்டத்தைப் பார்த்து கோபக்கனலில் வார்த்தைகளை கக்க வேண்டியிருக்கும். 50 வார்த்தைப் பிரயோகங்களுக்கு ஒரு தரம் திடீரென குரல் உயர்த்தி அடித்தொண்டையிலிருந்து வார்த்தைகளை வெளித்தள்ள வேண்டியிருக்கும். சில தருணங்களில் சப்தநாடியும் ஒடுங்கினாற்போல் அமைதியே உருவாய் சாந்த சொரூபியாய் தியானிக்க வேண்டியிருக்கும். இப்படி கலவையான முகபாவங்களையும் முகலட்சணங்களையும் சிற்சில இடைவெளிகளில் சீராய் வெளிப்படுத்த வேண்டியிருக்கும்.

அதிலும் வெண்பா இதுபோன்ற குறி சொல்லும் நாட்களில் பழுக்க மஞ்சள் பூசி, பழைய நாலணா அளவுக்குப் பெரிய பொட்டிட்டு மஞ்சளும் சிவப்பும் கலந்த குண்டுமுத்துக் கண்டாங்கிச் சேலையை கட்டிக்கொள்வாள். முகத்துக்கு லட்சணமாய் பெரியகொண்டை. அதில் சுற்றுமளவு ஜாதி கனகாம்பரம் அல்லது மல்லி. நெற்றிப்பொட்டுக்கு மேலே இரண்டு விரல் சேரும் அளவு மூன்று பட்டையாக விபூதிப்பட்டை. ஒத்தப்பட்டியில் ஒத்தவடச் சலங்கையை கை மணிக்கட்டில் கட்டிக்கொள்வாள். மாட்டின் மூக்கணாங்கயிறு அளவாய் கழுத்தில் தடிமனான தாலிகயிறு. கூடவே 5 பவுன் தேறுமாய் எண்ணத்தக்க கவரிங் செயின்.

இப்படி ஜெகஜோதியாய் வந்து நடுக்கூடத்தில் அமரும் வெண்பாவை எல்லோரும் வைத்த கண் வாங்காது பார்ப்பார்கள். அவள் வாயிலிருந்து வரும் வார்த்தைகளுக்காய் காத்திருக்கும் அவர்களின் ஒவ்வொரு முகத்திலும் வாழ்வின் மீதான வெவ்வேறு வேட்கைகள் இருக்கும்.

வந்திருக்கும் குடும்ப உறுப்பினர்களின் சமூக உளவியல் எவ்வாறு இயங்குகிறது என்பதை முதலில் கச்சிதமான வரைபடமாக்கி மனதினுள் பதிந்து கொள்வாள் வெண்பா. சிலவருட கால தன் சாமியாடுதலின் முதிர்ச்சி முத்திரையை ஒவ்வொரு வார்த்தை வெளிப்படுத்துதலிலும் பகிர்வாள். அதீதக் கற்பனைகளும் அரூபச் சித்திரங்களையும் இட்டுக் கட்டுவதில் வெண்பா ஒரு வெட்டுக்கிளி. இப்போதிருக்கும் தகவல்

தொழிற்நுட்பத்தையும் கலந்து சமைத்து நவீன குறி சொல்லல் என்ற பெயரையும் பெற்றுவிட்டாள். ஒரு சில குறிசொல்லிகள் முதலிலேயே சோழி உருட்டி சங்கடங்களுக்குள் செல்வார்கள். வெண்பாவோ இறுதி தருவாயில் சோழியைச் சுழற்றி வீசுவாள். எதிரே உட்கார்ந்திருக்கும் மொத்த சனமும் வாயைப் பிளந்தபடிப் பார்க்கும். சோழியைச் சுழற்றும் தருவாயில் சரியாகக் கொண்டை அவிழும்படி பார்த்துக் கொள்வாள். ஆங்காரமாய் தலைவிரி கோலத்துடன் அவள் ஆடும் ஆட்டத்தின் முகபாவங்களைக் கண்டவர்கள் ஒரு மோனநிலைக்குச் சென்றுவிடுவர். இறந்தவர்களை வரவழைத்துப் பேசும் தருவாய்களில் திடீரென நெகிழ்ந்து உடைந்து அழுவாள். பின் தக்க இடைவெளியில் கண்களை துருத்துவாள். “மனசுக்குள்ள வேண்டின பிரார்த்தனைய ஏன் மறந்தீங்க?! காவு கொடுக்குறேன்னு வேண்டுனியே என்னடீ ஆச்சு?! கற்பூரம் அடிச்சு சொல்லுடி” என யாரும் எதிர்பாராத நேரத்தில் தரையில் அடிச்சு எக்காளமாய் சிரிப்பாள்.

பின் இறுதியாகப் பூக்குவளையில் கவிழ்த்து இடப்பட்டிருக்கும் பெரிய வலம்புரிச் சங்கை எடுத்துவரச் செய்வாள். ரோஜா, சம்பங்கி, கனகாம்பரம், மல்லி, முல்லை, சங்குப்பூ, தும்பை எனப் பல மலர்கள் அவர்கள் முன்னிலையில் காத்திருக்கும். யாரேனும் ஒருவர் எதிரே இருக்கும் பூக்களில் ஏதாவது ஒரு பூவை எடுத்து சங்கின் நீரில் இடவேண்டும். கூட்டத்தில் ஒருவர் மிகுந்த பயபக்தியுடன் தன் குலதெய்வத்தையெல்லாம் கும்பிட்டபடி ஏதாவது ஒரு பூவை எடுத்து சங்கில் இடுவார்கள். பின் அந்த பூவுக்கு ஏற்ற பலனாய் அந்த குடும்பத்துக்கு நேர்மறை எண்ணங்களை விதைக்கும் வண்ணமாய் திரி கொளுத்திப் போட்டு பரிகாரம் சொல்லி முடித்துக்கொள்வாள். வந்திருந்தவர்கள் முகம் பிரகாசமடைந்து ஒரு தீர்வுடன் வெளியே போவதில் அவள் வெற்றி நிலைத்துவிடும்.

கொடுத்த காசுக்கு ஒரு அதிஉக்கிர மாயாஜாலப் படத்தைப் பார்த்த திருப்தி எப்படி இருக்குமோ அந்தவகை திருப்தியுடன் வந்திருந்தவர்கள் வெளியேறுவர்.

பின் பீச்சில நிமிடங்களில் அடுத்தவர்களுக்காக அவள் இப்படி தயாராக வேண்டும். அ முதல் ஃ வரை நிகழ்த்திக்காட்ட வேண்டும். வெண்பாவின் உடல்கூட விரைவில் தயாராகிவிடும். உள்ளம்தான் தயாராகாமல் முரண்டு பிடிக்கும். அவரவர்களின் துக்கத்தைக் கேட்டு உடைந்து அழத்தோணும். சில நேரங்களில் வெவ்வேறு வாழ்வு அனுபவங்கள் அவளை அலைக்கழித்து, அப்படியே அக்கு அக்காக கலைத்துப் போட்டுவிடும். என்ன செய்வது?!

பின்னர் அவளுக்கான அன்றைய முகமூடியை அணிந்துகொண்டு அடுத்த அமர்வுக்கு முன்செல்ல வேண்டும்.

வெண்பாவின் நிலை இதுவெனில் பூவராகவனுக்கோ வரும்படியுடன் கூடிய உச்சக்கட்ட பொழுதுபோக்கு இது. பூவராகவன் பார்க்க, கண்களை வெளியே இழுத்துப் பிடித்த முகலட்சணத்துடன் இருப்பான். வெண்பா குறி சொல்லத் துவங்கினால் தாம்பாளத்தட்டு நிறக்க கோபுரமாய் திருநீறு கொட்டி பின் எண்ணெய்க்குத் தோண்டப்படும் இட்லி மிளகாய்ப்பொடி பள்ளம் அளவுக்குத் திருநீரில் குழி வெட்டுவான். வெண்பா குறி சொல்லத் துவங்க ஆரம்பிக்கும் புள்ளியில் இவன் குழியில் கற்பூரம் இருத்திப் பயபக்தியுடன் பற்றவைப்பான். கற்பூரம் தீரத்தீர பக்கத்திலிருந்து ஒவ்வொரு பில்லையாக வைப்பது பூவராகவனின் வேலை. வெண்பாவின் உருண்டைக் கண்ணில் அவள் உருட்டி நோக்கும்போது சாட்சாத் அந்த அங்காளபரமேஸ்வரியே அவன் இல்லம் வந்துவிட்டதாக நெக்குறுகிப் போவான். வெண்பாவை தானே இப்படி ஒரு தொழில்முறைக்குப் பழக்கினாலும் அவளின் தனி ஈடுபாட்டிலிருந்து வெளிவரும் வாக்கின்பால் பக்கத்து ஊரிலிருந்தெல்லாம் வாரத்தின் அந்த மூன்று நாட்களில் குவியத் தொடங்கினர். பூவராகவன் உச்சிக் குளிர்ந்து போனான்.

ஆனால் வெண்பாவுக்கோ நாளுக்கு நாள் உடல் சூடு ஏறிப்போனது. திருமணமான இந்த பதினைந்தாண்டில் பூவராகவன் இப்படி இவளை தொடாதுவிட்டது இந்த ஏழு மாதமாகத்தான். குழந்தை இல்லை என்ற குறையைத் தவிரக் கட்டில் குறை என்று எதுவும் ஏற்பட்டதில்லை அவளுக்கு. ஆனால் தான் குறி சொல்லத் தொடங்கியது முதல் அதற்கான பிரயத்தனங்கள், ஏற்பாடுகள் என்று பெரிதாகத் தயாராக வேண்டி இருந்ததால் பாய் படுக்கை என்ற சிந்தனையே இன்றி இரண்டு மாதங்கள் உருண்டோடிப்போனது.

குளிர் போர்த்திய ஒரு பின்னிரவில் வெண்பா இயல்பாக தனக்கேற்பட்ட உடல் வேட்கையின்பால் பூவராகவன் பக்கம் திரும்பிப் படுத்து தன் விரிந்த கைகள்கொண்டு அவனை அணைக்க முயல, வெட்டிவிட்டாற்போல வெடுக்கென இவளின் கையை பிடித்துத் தூரப்போட்டான். அதிர்ச்சியாக இருந்தது வெண்பாவுக்கு. அவன் தழுவ வேண்டி புடைத்து எழுந்த மார்புக் காம்புகளுக்கு என்ன பதில் சொல்வாள் அவள்? என்ன செய்து அதை ஆற்றுப்படுத்துவது? ஒருநாள் இருநாள் அல்ல. அடுத்தவந்த பல மாதங்களில் இதுவே தொடர்கதையானது. முறம்போல் இருக்கும் அவன் முதுகு

தொட்டு அவனுடன் கூட வேண்டி அப்படியும் இப்படியும் அவள் சீண்டினாலும் தீயைத் தீண்டியது போல விலகிப் போகிறான். என்னவாயிற்று அவனுக்கு? எதனால் தன்னுடன் கூட மறுக்கிறான்? அத்தனை ஆசாபாசங்களைக்கொண்ட ரத்தமும் சதையும் மூடிய மனிதன்தான். எத்தனை வாஞ்சையுடன் தன்னுடன் கூடுவான்! அவன் மனவோட்டங்கள் அனைத்தும் அறிந்தவளல்லவா இவள்! தற்போது அந்த ஆவல்களை எந்தப் பெட்டிக்குள் வைத்துப் பூட்டித் தொலைத்தான்? நினைக்க நினைக்க நெஞ்சு வெடிப்பதுபோல் இருந்தது வெண்பாவுக்கு.

அவனைத் திறக்க வைக்கும் முயற்சியில் அவள் பலமாக ஈடுபட்டதன் பலனாய் இருவேறு சந்தர்ப்பங்களில் பூவராகவன் கொஞ்சம் இணங்கித்தான் இறங்கி வந்தான். அவளுள் நுழைந்து பழைய வெண்பாவைத் தேடினான். வெடிக்கும் மகிழ்ச்சியிலிருந்த அவள் உணர்வுகள் அத்தனையும் ஏற்படுத்திய உடல்மொழியில் பூவராகவனுக்கு மகிழ்ச்சி ஏற்படவில்லை. ஒரு தெய்வ சக்தியை இந்த ஒரு நிலைக்குக் கூட்டிச் செல்லலாமா என்று அவன் மனம் அவனை கண்டபடித் திட்டியது. 'விலகிச் செல்' எனக் கட்டளைப் பிறப்பித்தது.

அறுவை சிகிச்சை செய்ய முற்பட்டு பாதியில் நிறுத்தினால் எப்படி இருக்கும்? கத்தி எடுத்து உடலைத் திறந்தபின் பாதியிலேயே ஓட்டமெடுத்துவிட்ட மருத்துவனால் தைத்து மூடப்படாதுவிட்ட உடல் எவ்வளவு ஆபத்தானதோ அத்துணை மோசமானது வெண்பாவின் உடல். காமத்தீயில் அவள் உடல் வேகத் தொடங்கியது.

"ஆத்தாவான மேல உடல் சுகத்துக்கு ஏன் அலயுற?" என வெடுக்கென அவன் ஒருநாள் கேட்டுவிட, மேல் வெண்பாவால் வாய் பொத்தி இருக்க முடியவில்லை. "ஏன்... என்னாச்சுனு காரணத்த சொல்லு" என உக்கிரமானாள் கண்ணை உருட்டியபடி.

"என்னத்த சொல்ல... உங்கிட்ட நெருங்கி வந்தாலே எனக்கு பயமா இருக்கு. ஏதோ அந்த அம்மனையே கட்டி அணைக்குறோமோனு நெஞ்சுகூடு நடுங்குது. இனிமே உன்னத் தொடமுடியுமான்னு எனக்குத் தெரியல."

"யோவ்... அது நான் போட்டிருக்குற வேஷம். உனக்காக தானய்யா அந்த வேஷத்தையே போட்டிருக்கேன்."

"அதென்னவோ... என் மனசுக்கு சரிபட்டு வரல. ஏதோ தப்பு செய்யறா மாதிரியே இருக்கு வெண்பா. என்னைப் புரிஞ்சுக்கோ."

“யோவ்... நான் என்ன... பொழுதன்னிக்குமா சாமி ஆட்டம் ஆடுறேன். அந்த மூணு நாள வுட்டுத் தொலைச்சா வேற நாளே இல்லையா நமக்கு. ஏன் சீக்குப் பிடிச்ச கோழி மாதிரி சத்தாய்க்குற.”

“இங்க பாரு வெண்பா. தெரிஞ்சோ தெரியாமலோ உன் மேல ஆத்தா அருள் விழுந்துடுச்சு. ஜனங்களும் நம்பி உங்கிட்ட கொறய சொல்லி தீர்வுக் கேட்டுத் திருப்தியா போறாங்க. இந்த நெலமைய மாத்திக்க நான் விரும்பல. ஏதோ உன் புண்ணியத்துல நமக்கு நல்ல சோறு, நல்ல வாழ்வு வந்திருக்கு. இந்தா... அத நீயே கெடுத்துக்காத. கொஞ்சம் வுட்டு புடி” என்றான் பூவராகவன்.

வெண்பாவுக்கும் தெரியும். வறுமையின் எத்தனைக் கோரப் பிடியில் இருவரும் குடும்பம் நடத்தினார்கள் என்று. இப்போது வாழ்வின் சுகமானப் பக்கத்துக்குத் தாவி இருக்கிறார்கள்தான். ஆனால், அது தன்னை இந்த விதமாக தாக்கும் என்று கொஞ்சம் கூட எதிர்பார்க்கவில்லை வெண்பா. கண் முன் இருக்கும் கணவனைக் கூடுவதில் கண்ணுக்குத் தெரியாத இத்தனைத் தடைகளா! என பொத்தி அழுதாள். வாழ்வின் கரடுமுரடுகள் தன்னைக் காணா பிணமாக்கிவிடக் கூடாதா எனப் பொருமினாள்.

நாளொரு மேனியும் பொழுதொரு வண்ணமுமாய் நாட்கள் கரையத் தொடங்கியது. வெண்பா குறி சொல்லத் தொடங்கி 2 வருடங்களைத் தொட்டுவிட்டாள். தன் வாழ்க்கை இவ்வளவுதான் போலும் என்று கல்லாக குமைந்து போனாள். இரவில் என்றாவது தாகம் அதிகமானால் நேரே கிணற்றடிக்கு போய் பச்சைத் தண்ணீரை மோந்து மோந்து ஊற்றிக்கொள்வாள். தனக்குரியதல்லாத சீர்களையோ தளைகளையோ ஏற்றுக்கொள்ளாது கட்டுக்கோப்புடையது இலக்கண வெண்பா. என்று அவளின் பள்ளி நாட்களில் குமரேசன் வாத்தியார் சொல்ல கேட்டிருக்கிறாள். அந்தப் பெயருக்கு லட்சணமாய் தன்னைக் கட்டுக்கோப்புடன் வாழப் பழக்கிக்கொண்டாள் வெண்பா. ஆனால், பூவராகவனின் நிலை வித்தியாசப்பட்டது. அவ்வப்போது குறி கேட்பதற்கு ஆட்களை அழைத்து வரும் மேனகாவுடன் பழக்கம் ஏற்பட்டுப் போனது. பேசிக்கொண்டே வீட்டில் தனி அறைக்குள் இருவரும் சென்றுவர பழகியிருந்தனர்.

பலநாள் யோசனைக்குப் பின் வெண்பா மெல்ல எழுந்து சாமி படத்தினருகே வந்தாள். அங்கே கிடத்தப்பட்டிருந்த ஒற்றைத் தாமரை மலர் இவளைப் பார்த்து மலர்ச்சியுடன் சிரித்தது. நீண்டிருந்த காம்பை கிள்ளி மலையனூர் அம்மன் படத்தினருகே கொண்டுசெல்ல தன்னை

எக்கினாள். எதிர்பாரா விதமாய் வெண்பாவின் கையிலிருந்த தாமரை அந்தப் பெரிய வலம்புரி சங்கில் விழுந்தது. சங்கு தன் மேல் விழுந்த தாமரையைத் தாங்கி ரம்மியமாய் காட்சியளித்தது. நம் கைமீறி மனம் கடத்தப்படுகிறது என்ற சிந்தனை அவளை ஆக்கிரமித்தது.

எத்தனையோ குடும்பத்திற்குத் தீர்வு சொல்லும் தாம் தன் குடும்பத்துக்கானத் தீர்வாக ஏன் இதைப் பார்க்கக்கூடாது என்று அவள் உள்மனம் கூவிக்கொண்டே இருந்தது. பூவராகவனின் மேல்தான் வைத்திருந்த பேரன்பு இதற்கு இசைந்து கொடுக்கவே செய்தது. தன் கணவனின் மகிழ்ச்சி நீடிக்க வேண்டுமெனில் பேசாது அந்த மேனகாவையே அவனுக்கு மணமுடித்து வைத்துவிடுவது என்ற தீர்மானத்திற்கு வந்தாள். இதனால் அவனுக்கென்று ஒரு வாரிசு உருவாகலாம்.

வெண்பா தன் முடிவைச் சொன்னதும் பூவராகவன் அவளைக் கையெடுத்துக் கும்பிட்டான். கூடையை கவிழ்த்து போட்டாற் போன்றதொரு முகம் மேனகாவுக்கு

கோவிலில் இனிதே திருமணம் முடித்து வீட்டுக்கு அழைத்து வரப்பட்டார்கள் இருவரும். மெல்ல இருள் பரவியது. அவர்களை தனியறைக்கு அனுப்பிவிட்டுக் கூடத்தில் நிலவிய அமானுஷ்ய அமைதியில் படுத்துக்கொண்டாள் வெண்பா. பூவராகவனும் மேனகாவும் ஒருவரை ஒருவர் தனதாக்கிக்கொள்ளும் உச்சகட்ட பரிமாற்றங்கள் கதவின் இடுக்கு வழியே ஈனஸ்வரத்தில் வெளியே கசிந்தது. அவளையும் அறியாமல் கண்ணிலிருந்து கண்ணீர் ஒரு கோடாய் கன்னத்தின் வழி கீழிறங்கியது. வெண்பாவின் செழுமைகள் துடித்தது. பயனொன்றுமில்லாத மார்பைக் கிழங்கோடு கொய்து எறிவேனென்ற நாச்சியாரை ஏனோ நினைவுக்கு வந்தது வெண்பாவுக்கு. தானும் பூவராகவனும் மகிழ்ந்திருந்த பழைய இரவுகள் கண்முன் திரையில் தோன்றி மறைந்தது. பெருகி வந்த காதல் நோயை தன் சுயகட்டுப்பாட்டுக்குக் கொண்டுவந்தாள்.

மறுநாள் வெள்ளிக்கிழமை. வெளியே குறிகேட்க வந்த மக்கள் குழுமியிருந்தார்கள். அதிகாலையிலேயே குளித்து முடித்திருந்த வெண்பா புதிய மலர்ச்சியுடன் ஓங்காரமாய் குரல் எழுப்பி குறிசொல்லத் தொடங்கினாள். பக்கத்தில் தாம்பாளத்தில் விபூதிக்கு நடுவே கற்பூரம் தீரத் தீர புதிதொன்றை வைத்துக்கொண்டிருந்தாள் மேனகா. வெளியே குறி கேட்க வந்து காத்திருக்கும் கூட்டத்திடம் இயல்பாக பேசிக்கொண்டிருந்தான் பூவராகவன்.

16

நல்லதோர் வீணை

"மிஸ்... புவனேஸ்வரியோட அம்மா வந்திருக்காங்க." கிளாஸ் லீடர் கனகம் சொன்னதும் அந்த வகுப்பறையே திரும்பிப் பார்த்தது.

வருகைப் பதிவேட்டில் அன்றைய மாணவர்களின் வருகையைப் பதிவு செய்து கையொப்பம் இட்டுக்கொண்டிருந்த ஆசிரியை ஜகதாவும் திரும்பி வராண்டாவை பார்த்தாள். அறைக்கு வெளியே புவனேஸ்வரியின் புத்தகப் பையை கையில் பிடித்தபடி புவனேஸ்வரி சகிதம் நின்றிருந்தாள் அவள் தாய் நாகபூஷணம். அவள் உதடு துடித்துக்கொண்டிருந்தது. மார்பு பொருமியது. பெரிதாக எதையோ கொட்ட வந்திருக்கிறாள் என்பது ஜகதாவுக்குப் பார்த்த மாத்திரத்திலேயே புரிந்து போயிற்று. இன்னிக்குப் பாடம் எடுத்து முடிச்சா மாதிரிதான். மனதுக்குள் ஒரு எண்ண அலை உருண்டு வந்தது.

"டீச்சர்... நான் உள்ள வரலாங்களா?" சற்றே குரலை உயர்த்தி கேட்டாள் நாகபூஷணம்.

"இதோ... நானே வெளிய வரேன் இருங்க..." வருகைப் பதிவேட்டை மூடி வைத்துவிட்டு அவர்களை நோக்கி நடந்தாள் ஜகதா.

"இத்தனப் புள்ளைங்க முன்னாடி வெச்சுப் பேசணும்னுதான் வந்தேன் டீச்சர். நானே உள்ள வரேன்."

"சரி வாங்க. என்ன விஷயம்?"

"என்னத்த சொல்றது! மோசம் போயிட்டோம் டீச்சர். நாங்க மோசம் போயிட்டோம். சொளயா ஆயரூபாவ இந்தப் பள்ளிக்கூடத்துல தொலச்சிட்டு வந்து நிக்குறா என் பொண்ணு. இந்தக் கிளாஸ்ல எவளோ இருக்காளாமே... ஒரு மேனாமினுக்கி... அவதான் எடுத்திருக்கா. ஏய், அவ பேரு என்னடி சொன்ன?"

புவனேஸ்வரி ஜகதாவை நிமிர்ந்து பார்க்க முடியாமல் ஊமைக் கோட்டான்போல் நின்றுக்கொண்டிருந்தாள். இப்போது நாகபூஷணம் புவனேஸ்வரியைக் கொமட்டில் குத்தி இப்படிச் சொன்னாள்.

“ஏண்டி… வாயில என்ன கொழுக்கட்டயா வெச்சிருக்க. சொல்லித் தொல. உங்க டீச்சர் இருந்தா என்ன? தலய வாங்கிடுவாங்களா?”

அதுவரை இலையசைப்புப்போல சலசலத்துக்கொண்டிருந்த வகுப்பறை கப்சிப் என்றானது. எல்லா உரையாடலையும் விவாதமாக மாற்றி சண்டையிடும் அளவுக்கு சூழ்நிலையை மாற்றிக்கொண்டிருந்தாள் அந்தப் பெண். அப்போதும் புவனேஸ்வரி வாய் திறக்கவில்லை. நாகபூஷணம் முகத்தில் எள்ளும்கொள்ளும் வெடித்துக்கொண்டிருந்தது.

“ஏய் திமிர் பிடிச்ச கழுத… வாயத் தொறந்து சொல்லேண்டி. நாம என்ன உன் டீச்சராட்டும் ஆயிரக்கணக்குல சம்பளமா வாங்குறோம். போனா போகட்டும்னு விடுறதுக்கு. நாமல்லாம் அன்னாடங்காய்ச்சிங்க. தெனம் உழைச்சாதான் கூலி.

அதானே! அங்க சுத்தி, இங்க சுத்தி கடைசியில நாம வாங்குற சம்பளத்துல போய் நிக்கணுமே என மனதுக்குள் நினைத்துக்கொண்டாள் ஜகதா.

“டீச்சர்… சோப்பு, சீப்பு, கண்ணாடின்னு பள்ளிக்கூடத்துப் பையில போட்டுனு திரியற அந்த மேனாமினுக்கிதான் ரூபாவ எடுத்தானு என் பொண்ணு சொல்றா. ஏண்டி புவனா… இப்ப அந்தப் பொண்ணு பேர சொல்லித் தொலைகிறியா இல்ல உன் கழுத்த நெரிக்கவா?”

ஆத்திரத்தில் அறிவு மங்கி அசட்டுக் காரியம் செய்துகொண்டிருந்த நாகபூஷணத்தைவிடுக்கெனப் பிடித்து நகர்த்தினாள் ஜகதா.

“இவ உங்கப் பொண்ணுதான. இல்ல எங்கயாவது தவிட்டுக்கு கிவிட்டுக்கு வாங்கினு வந்தீங்களா? இப்படிக் கழுத்தப் பிடிச்சு நெறிக்குறீங்க!”

“டீச்சர், உங்களுக்கு இதெல்லாம் புரியாது. என்னைய மாதிரி ஆய ரூபா பறிகொடுத்திருந்தா தெரியும்.”

இப்போது ஜகதா புவனேஸ்வரி பக்கம் திரும்பினாள்.

“சொல்லு புவனேஸ்வரி. என்னாச்சு? நேத்து நீ காசு கொண்டு வந்தியா? எங்க தொலச்ச?”

“எங்கத் தொலைச்சாளா?! அடக் கடவுளே... விட்டா முழு பூசணிக்காய சோத்துல மறச்சிடுவீங்க போல. என் பொண்ணோட பேக்குல இருந்து ஒரு திருட்டுக் கழுத காசத் திருடி சொகுசா செலவு பண்ணியிருக்கு டீச்சர். அத மொதல்ல கேளுங்க.”

ஜகதா கிளாஸ் லீடர் கனகத்தைப் பார்த்து, “நேத்து கிளாஸ்ல என்ன ஆச்சு? இவளோட பணம் எப்போ காணாம போச்சு. ஏன் என் நாலெட்ஜுக்குகொண்டு வரல?”

“மிஸ்... நேத்து சாயந்திரம் லாஸ்ட் பீரியட் மேக்ஸ் பீரியட். மேக்ஸ் சார் ரெண்டு சம்ஸ் கொடுத்துட்டுப் போட சொல்லிட்டு ரெஸ்ட் ரூம் வரைக்கும் போயிட்டு வரேன்னு சொல்லிட்டு, அப்பதான் வெளிய போனாரு மிஸ். நாங்க எல்லாரும் சம்ஸ் போட்டுட்டிருந்தோம். பெல் அடிக்கறதுக்குப் பத்து நிமிஷம் முன்னாடி புவனேஸ்வரி வெச்சிருந்த ஆயரூபா காணோம்னு ‘ஓ’னு அழுதா மிஸ். திரும்பி வந்த மேக்ஸ் சாரும் இதக் கேட்டுட்டு வொடனே எல்லாரோட பேகையும் செக் பண்ணச் சொன்னாரு மிஸ். நானும் விமலாவும் எல்லார்தையும் செக் பண்ணினோம். யாரோடதுலயும் பணம் இல்ல மிஸ்.” மூச்சுவிடாமல் சொல்லி முடித்தாள் கனகம்.

“இங்கப் பாருங்க டீச்சர். எனக்கு வர்ற கோபத்துக்கு கண்ணகி மாதிரி இந்த ஸ்கூலயே கொளுத்திட்டுப் போனாலும் போயிடுவேன் ஆமா.”

“கொஞ்சம் இருங்கமா விசாரிப்போம். வந்ததும் வராததுமா படபடன்னு பட்டாசா பொரிஞ்சா எப்புடி?”

“ஏ தடிக்கழுத, நேத்து நீ எங்கிட்ட சொன்ன அவ பேர உங்க மிஸ்ஸுகிட்ட சொல்லப் போறியா இல்ல உங்கப்பாவ கூட்டு வரவா?”

கண்கள் உருள உருள ஜகதாவைப் பார்த்தாள் புவனேஸ்வரி.

ஜகதா அவள் தோளைத் தொட்டு, “நேத்து யாரோட பேர உங்க அம்மாகிட்ட சொன்ன? எனக்கு மட்டும் கேக்குறா மாதிரி என் காதுல சொல்லு. இப்படி வா” புவனேஸ்வரியை தன் பக்கமாக இழுத்தாள் ஜகதா.

நாகபூஷணத்துக்கு வந்ததே கோபம்.

“என்ன டீச்சர். அப்படியே காதோட காது வெச்சு அமுக்கிடலாம்னு பாக்குறீங்களா? 1000 ரூவா சும்மாயில்ல. பணத்த வாங்காம இந்த எடத்தவிட்டு நவுர மாட்டேன்.”

“ஏய் சனியனே… சத்தமா சொல்லித் தொலைக்கிறியா, இல்ல உங்கப்பனுக்குப் போன் போடவா? அவரு மட்டும் வந்தாரு… இந்தப் பள்ளிக்கூடமே நாறிப்போயிடும் ஆமா.”

சிவந்தக் கண்களோடு போதையில் இங்கு வந்தால் உண்மையில் நாறித்தான் போகும் என உணர்ந்த புவனேஸ்வரி மெல்ல வாய் திறந்து தட்டுத்தடுமாறி… இ… ஈ.வனிதா எனச் சொன்னாள்.

இப்போது அந்த ஈ.வனிதாவை வகுப்பில் இருந்த அத்தனை மாணவிகளின் கண்களும் மொய்த்தது. மொத்தப் பார்வையும் தன் பக்கம் திரும்பியதில் சப்தநாடியும் அடங்கிப் போனது ஈ.வனிதாவுக்கு. அந்த மாணவியைக் கண்டுகொண்ட திருப்தியில் பெருங்கூச்சலிட்டாள் நாகபூஷணம்.

“ஏய்… இங்க வாடி. எம்புள்ள பேக்குல இருந்து ஆயரூபாவ எடுத்தவ நீதான. காச எடுடி” என்றாள் ஆக்ரோஷமாக. வெலவெலத்துப் போனது அவளுக்கு. ஜகதா பக்கம் திரும்பி, “மிஸ்… நான் எந்தக் காசும் எடுக்கல மிஸ். அவ பக்கத்துல உட்கார்ரேன்தான். ஆனா அவ காசு எடுத்துட்டு வந்ததும் தெரியாது. அத யார் எடுத்தாங்கன்னும் தெரியாது மிஸ். இது எங்க அம்மா மேல சத்தியம்” எனச் சொல்லிவிட்டு ‘ஓ’வென அழத் தொடங்கினாள்.

“இது நல்லாயிருக்கே கத. ஒப்பாரி வெச்சா விட்டுடுவாங்களா. நீதான் எடுத்திருப்பனு என் பொண்ணு ஆணித்தரமா சொல்லுறாளே. தினம் விதவிதமா ஏதாவது ஒரு பொருளக் கொண்டாந்து எல்லா புள்ளைங்களுக்கும் வேடிக்கக் காட்டுறயாமே. பத்தாவது படிக்குற பொண்ணுக்கு இதெல்லாம் தேவையா. உங்க வூட்டுல வுனக்கு அவ்ளோ காசு தர்றாங்களா? ஒழுங்கு மரியாதயா என் பணத்த எடுத்து வெச்சிடு. இல்ல நடக்குறதே வேற.”

இப்போது நாகபூஷணத்தை கோபமாக இடைமறித்தாள் ஜகதா டீச்சர். “இங்க பாருங்க… கண்ணால பாக்குறதும் பொய், காதால கேக்குறதும் பொய், தீர விசாரிக்கறதே மெய்னு இருக்கப்ப நீங்கலா ஒரு முடிவுக்கு வராதீங்க. அந்தப் பொண்ணுதான் எடுத்தாங்குறத உங்கப் பொண்ணு பாத்தாளா? அதுக்கு என்ன ஆதாரம்? தேவயில்லாம யார் மேலயும் பழிபோடக்கூடாது. மொதல்ல நீங்க ஏன் பெரிய தொகய ஸ்கூலுக்குக் குடுத்துவிடுறீங்க? ஆயரூபா பணத்த வெச்சிக்கிட்டு அவ்வளவு அசால்ட்டா உங்கப் பொண்ணு இருந்திருக்கா. அது யாரோட தப்புனு அதச் சொல்லுங்க மொதல்ல.”

“அது மகளிர் குழுக்கு கட்டவேண்டிய பணம் டீச்சர். பள்ளிக்கூடத்துக்குப் போற வழி தானேன்னு என் மவகிட்ட குடுத்துவிட்டேன். பெல் அடிக்க நேரம் ஆயிடுச்சுனு இவ பரபரன்னு வந்துட்டிருக்கா. சாயங்காலம் போறப்ப குடுக்கலாம்ட்டு திறந்து பாத்தாதான் பணத்த காணோமாம். தப்புதான். நானே போய் குடுத்திருக்கணும். கொஞ்சதூரம் நடக்கப் பால்மாறினு இந்த சனியண்ட்ட குடுத்தது தப்பாப் போச்சு. என் புத்திய செருப்பாலயே அடிச்சுக்கணும். என்ன பண்றது. ஆனது ஆச்சு. சரி சரி, அந்த ஆயிர ரூபாய வாங்கிக் குடுங்க. இல்லாத கொடும! நான் எங்கப் போய் முட்டிக்கரது!”

“உங்க இஷ்டத்துக்கெல்லாம் இங்க செய்ய முடியாதுங்க. நல்லா விசாரிச்சுட்டுத்தான் ஒரு முடிவு எடுக்க முடியும். மொத்தப் பிள்ளைங்களையும் நேத்து என்ன நடந்துச்சுன்னு முழுசா விசாரிக்கணும். அதுக்கு அப்புறம்தான் எங்களால ஒரு முடிவெடுக்க முடியும்.”

“டீச்சர்... அப்ப என் பணம்?”

“கிளாஸ்ல என்ன சிசிடிவி கேமராவா இருக்கு? யாரு எடுத்தானு பாத்து சொல்றதுக்கு! பொறுங்க. பிள்ளைங்கள கேட்டுத்தான் ஒரு முடிவுக்கு வர முடியும். மொதல்ல உங்கப் பொண்ணுகிட்ட விசாரிச்சீங்களா? அவளே அந்தப் பணத்த எடுத்து வேற ஏதாவதுக்கு செலவு பண்ணியிருக்கலாம். இல்லன்னா ஸ்கூலுக்கு வர்ற வழியில எங்காவது விழுந்திருக்கலாம்.” அப்படியே புவனேஸ்வரி பக்கம் திரும்பியவள், “இங்க பாரு புவனேஸ்வரி, நான் கேக்குறதுக்கெல்லாம் சரியான பதில் சொல்லு நம்ம எல்லாரையும் கடவுள் பாத்துட்டே இருக்கார். என்ன?”

புவனேஸ்வரியின் உடல் வியர்வையில் தொப்பலாக நனைந்திருந்தது. “யெஸ் மிஸ்” என்றாள் நடுக்கத்துடன்.

“உங்க அம்மா உங்கிட்ட நேத்து எவ்ளோ ரூபா கொடுத்தாங்க?”

“ஆயரூபா மிஸ்”

“மொத்தம் எத்தன நோட்டு?”

“500 ரூபாயா ரெண்டு இருந்துச்சு மிஸ்.”

“சரி, வாங்கி எங்க வெச்ச?”

“பாக்ஸூல வெச்சா... பென் பென்சில் எடுக்கும்போது கீழ விழுந்துடப் போகுதுன்னு பேகோட சைட் ஜிப்புல வெச்சேன் மிஸ்”

“ஜிப்பு ஏதாவது ஓட்டையானு பாத்தியா? கனகம்... இவ பேக்க முதல்ல செக் பண்ணு.”

“ஓட்டை எதுவும் இல்ல மிஸ்.”

“சரி, ஸ்கூல்ல வந்து எப்ப பணத்த பாத்த?”

“வந்து... நான் ஸ்கூலுக்கு வந்து தொறந்து பாக்கவே இல்ல மிஸ். சாயந்தரம் வீட்டுக்குக் கிளம்புறதுக்கு முன்னதான் போகும்போது கொடுத்துட்டுப் போகணுமேனு நெனப்பு வந்து தொறந்து பாத்தேன். அப்பதான் ரூபாவ காணோம்னு தெரிஞ்சிச்சி மிஸ்.”

“சரி... ஏன் ஈ.வனிதாவோட பேர சொன்ன? அவ எடுத்தத நீ கண்ணால பாத்தியா இல்ல வேற யாராவது பாத்தாங்களா?”

“இ... இல்ல மிஸ். அவதான் மிஸ் எப்பவும் எங்கிட்ட சொல்லாம கொள்ளாம என் நோட்புக்ஸ எல்லாம் எடுப்பா. அதால அவதான் எடுத்திருக்கணும்னு நெனச்சேன். நேத்து கேண்டீனுக்குப் போய் கை நிறைய கலக்கா பர்பியும் தேன் மிட்டாயும் வாங்கி சாப்ட்டா மிஸ்.”

“அப்ப அவ எடுத்தத நீ பாக்கல இல்லயா?”

ஆமாம் என்ற தோரணையில் மெல்லத் தலையாட்டினாள் புவனேஸ்வரி. “கேட்டுக்கங்கம்மா. எந்த ஆதாரமுமில்லாம அந்தப் பொண்ணு மேல வீணா பழியப் போடாதீங்க. இந்தக் கரோனா நெருக்கடியில எல்லாரும் தூர தூரதான் உக்கார்றாங்க. யார் பொருளையும் யாரும் தொடக்கூடாதுன்னுதான் அறிவுறுத்தியிருக்கோம். மொதல்ல நீங்க அவகிட்ட மன்னிப்புக் கேளுங்க.”

நாகபூஷணத்திற்குக் கோபம் கொப்பளித்தது. வார்த்தைகளால் ஜகதாவை வறுத்தெடுக்கத் தொடங்கினாள். “என்ன டீச்சர், ஒரு வழியா பஞ்சாயத்து பண்ணி முடிச்சாச்சா? சபாஷ்! உன் பணம் கெடைக்காது போயிட்டு வாடின்னு சொல்றீங்க. அப்படித்தானே! இங்க பாருங்க. நான் எப்புடி வாயக் கட்டி வயித்தக் கட்டி சேத்து வெச்ச கைக்காச அநியாயமா இழந்துட்டு நிக்குறேனோ... அந்த மாதிரி பொண்டு பொடுசா பசுவுங்கன்னா இருக்குற உன் பசங்க... வயித்தால வழிச்சிட்டு வாயாலத் தொடைச்சிட்டு மேலயுங் கீலையுமா ஒரு நாள் போயிட்டே இருக்கும். அந்த நாள் என்ன மாதிரியே கதிகலங்கி போய் நிப்பீங்க. இது நடக்குதா இல்லயானு பாருங்க டீச்சர்.” ஆத்திரத்தில் அவித்த சொற்களாக ஜகதா டீச்சரின் மேல் விசிறிவிட்டு விடுவிடுவென வெளியேறிப் போனாள் நாகபூஷணம்.

பாதகத்தி, இவள் என்ன இப்படி சாபம் விட்டுச்செல்கிறாள்! இவள் பணம் இழந்து நிற்பதற்கு நானெப்படிக் காரணமாக முடியும்? ஜகதாவுக்கு அந்த வார்த்தைகளைக் கேட்ட மாத்திரத்தில் தலை

வலிக்கத் தொடங்கிவிட்டது. இன்று யார் முகத்தில் முழித்தேன் என்ற யோசனையுடன் மறுபடியும் சென்று தன் இருக்கையில் அமர்வதற்கும் அந்தப் பாடவேளை முடிந்து மணி அடிப்பதற்கும் சரியாக இருந்தது. ஸ்டாப் ரூம் நோக்கி நடந்தாள்.

அந்த நாகபூஷணம் பேசிச் சென்றது மனதுக்குள் சுழன்றுகொண்டே இருந்தது. சே... என்ன பெண் இவள். வாய்க்கு வந்தபடி வாந்தி எடுத்துவிட்டுச் சென்றுவிட்டாளே. ஒன்றுத்தையும் புரிந்துகொள்ளாமல் இவள் இப்படித் தூற்றும் சாபமெல்லாம் பலித்துவிடுமா என்ன? அவள் இழந்த பணத்தை நாம் யாரிடமிருந்து வாங்கித் தருவது? வருஷம் முழுவதற்கும் வெறும் 100 ரூபாய் மட்டுமே ஸ்கூல் ஃபீஸாக கட்டி படிக்கும் ஏழைக் குழந்தைகள் இவர்கள். இவர்களில் யாரிடம் வாங்கி அவள் முகத்தில் வீசாட்டுவது? அந்தப் பெண்ணுக்கு அரசு ஊழியர்கள் வாங்கும் சம்பளத்தின் மீது அப்படியொரு கொள்ளிக்கண்போல. தனிப்பட்ட முறையில் நானே அந்த ஆயிரம் ரூபாயை எடுத்துக்கொடுக்கக் கூடாதா என்றுகூட எண்ணம் இருக்கலாம். சே... அதற்காக இப்படியா! அதிலும் இறுதியாக எப்படியெல்லாம் பொறிந்து தள்ளி சாபமிட்டுப் போனாள்! ஆசிரியர்கள் சமயத்தில் குருடாக. செவிடாக இருக்கத்தான் வேண்டியிருக்கிறது. சரி, மாணவர்களுக்காக அப்படி இருக்கலாம்தான். ஆனால், இந்தப் பெண்ணுக்காக ஏன் நாம் இப்படி இருந்து தொலைய வேண்டும்? மனதுக்குள் இரண்டு மலைகளைத் தூக்கி வைத்தாற்போல் பாரம் அழுத்தியது அவளுக்கு.

முள்ளை முள்ளால் எடுப்பது போன்று இந்த வார்த்தைகளை அவள் வாயாலே திருப்பி வாங்க வைக்கவேண்டும். என்ன செய்யலாம்? ஜகதாவின் மூளை பரபரவென யோசித்தது. இந்தச் சம்பவத்தைப் பற்றி முதலில் தலைமையாசிரியரின் காதில் போட்டுவிட்டு வருவோம் என அவரின் அறைக்குள் நுழைந்தாள். தலைமையாசிரியர் சம்பத் அன்றைய ஆன்லைன் அட்டெண்டென்ஸுடன் போராடிக்கொண்டிருந்தார். ஜகதாவை நிமிர்ந்து பார்த்தார். அவள் முகம் இறுகிக் கிடந்தது. நடந்த சம்பவம் அனைத்தையும் பகபகவெனக் கொட்டித் தீர்த்தாள்.

ஜகதா பொதுவாக எந்த வம்புக்கும் போகாதவள். தான் உண்டு தன் மாணவிகள் உண்டு என்று ஒவ்வொரு பாட வேளையும் தவறாது வகுப்புக்குச் சென்றுவிடும் இயல்புடையவர். எந்தவித புகாருக்கும் இடம் கொடுக்காதவர். அப்படிப்பட்டவர் இந்தச் சின்ன விஷயத்துக்கு இப்படி வெகுண்டெழுவார் எனச் சற்றும் எதிர்பார்க்கவில்லை சம்பத்.

“சரிவிடுங்க டீச்சர். நம்ம சர்வீஸ்ல பாக்காததா. பீ கூல். எமோஷனல் ஆகாதீங்க. வாத்தியார் வேலைக்கு வந்துட்டாலே மான ரோஷத்தயெல்லாம் மூட்டக் கட்டிட்டு வந்துடனுங்குறது இப்ப நவீன பழமொழியாயிடுச்சு. நமக்குக் கீழ இருக்கவங்களும் கத்துவாங்க. மேல இருக்கவங்களும் திட்டுவாங்க. பழகிப்போனதுதான. என்னப் பண்றது! இதுக்கெல்லாம் போய் இவ்ளோ கலங்கிட்டு.”

“இல்ல சார். அத்தனைப் பசங்க முன்னாடியும் உன் பசங்களுக்கு இப்படி ஆயிடும் அப்படி ஆயிடும்னு அவங்க சொன்னத என்னால தாங்க முடியல. அந்த லேடிய கூப்ட்டு அந்த வார்த்தைங்கள திரும்ப வாங்கிக்கச் சொல்லுங்க.”

சிரிப்பு வந்தது சம்பத்துக்கு.

“டீச்சர், அதென்ன சந்தையில விக்குற சாமானா? குடுத்தவங்களே திரும்ப வாங்கிட்டுப் போறதுக்கு! சாபம் மாதிரி ஏதோ ஒன்னு. அவ்ளோ சீக்கிரம் வாபஸ் வாங்க மாட்டாங்க. திரும்ப ஒரு தரம் அவங்க வாயில நாம விழாம இருந்தா போதும். போங்க டீச்சர். இனிமே அந்தப் பொம்பள வந்தா எங்கிட்ட அனுப்புங்க. நான் பேசிக்குறேன். வீணா டென்ஷன் ஆகாதீங்க.”

அரை மனதுடன் ஸ்டாப் ரூமிற்கு வந்தாள் ஜகதா. எதிலும் மனது ஓடவில்லை. தலை ‘வின் வின்’னென வலித்தது. பேசாமல் மதியம் அரை நாள்விடுப்பு எடுத்துச் சென்றுவிடுவோமா என்ற யோசனை சுழன்றது. நாலாவது பீரியட் போய் மறுபடியும் அந்த புவனேஸ்வரியையும் மற்ற பிள்ளைகளையும் விசாரிக்க வேண்டும் என்று தோன்றியது.

மூன்றாம் பாடவேளையில் பத்தாம் வகுப்பு ‘பி’ வகுப்பில் பாடம் எடுத்துக்கொண்டிருந்தாள் ஜகதா. வாயுக்கள், திரவங்கள், திடப்பொருட்களை விளக்கிக்கொண்டிருந்தாள்.

“குட் மார்னிங் மிஸ். மே ஐ கெட் இன் மிஸ்?”

“யெஸ்.”

“மிஸ்... உங்கள ஹெச்.ஹெம் உடனே வரச் சொன்னாரு மிஸ்.” சொல்லிவிட்டு வேகமாக ஓடிப்போனாள் ஒரு சாரணர் மாணவி.

மிச்சம் மீதி இருக்குற சமாதானத்த சொல்லக் கூப்பிடுறாரோ என்றபடி கையில் இருந்த சாக்பீஸ் கறைகளை கர்ச்சீப்பால் தட்டிவிட்டு ஹெச்.ஹெம் அறை நோக்கி நடந்தாள். அந்த விஸ்தாரமான

வராந்தாவில் ஜகதா நடந்த வேகத்துக்கு அவள் நீல வண்ண காட்டன் சேலை சிக்கி இடறியது.

"மே ஐ கெட் இன் சார்?"

"வாங்க டீச்சர். இதோ உங்க ஸ்டூடண்டோட அம்மா அதான் காலையில உங்களப் பாத்துப் பேசிட்டுப் போனாங்கன்னு சொன்னீங்கள்ல அவங்க வந்திருக்காங்க."

ஜகதா தன் மூக்குக் கண்ணாடியை சரி செய்தபடியே அவர்களைத் திரும்பிப் பார்த்தாள். தலைமையாசிரியருக்கு எதிரில் ஆசிரிய பயிற்றுனர் ஒருவர் ஆய்வுக்காக வந்திருந்தார்.

அவருக்கு இடதுபுறமாக பீரோவுக்கு பக்கத்தில் நாகபூஷணமும் அவளின் கணவனும் நின்றிருந்தார்கள். அவன் நல்ல போதையில் இருந்தான். கண்கள் சிவப்புப் பூசியிருந்தது.

"டீச்சர், அந்தப் பணத்த இதோ இந்தம்மாவோட புருஷந்தான் அந்தப் புள்ளயோட ஸ்கூல் பேக்குலருந்து எடுத்துனு போய் நல்லா குடிச்சிருக்கான். இத அவரே போதையில உளறிட்டிருக்காரு. இந்தம்மாகிட்ட அவரு உளறிட்டதால அவங்களுக்கு உண்மை வெளங்கிடுச்சி. தப்பா பேசிட்டோம்னு மனசு உருத்தவே சொல்லிட்டுப்போக வந்திருக்காங்க."

அந்தப் பெண் ஜகதா டீச்சரை மெல்ல நிமிர்ந்து பார்த்து "சாரிங்க டீச்சர்" என்று சொல்லிவிட்டு வேகமாக வாசலை நோக்கி நடைபோட எத்தனித்தாள்.

"கொஞ்சம் நில்லுங்கம்மா. எனக்கிந்த சாரியெல்லாம் வேணாம். நீங்க என் மேல அள்ளித் தெளிச்ச வார்த்தைங்கள திரும்ப வாங்கிக்குறேன்னு சொல்லுங்கபோதும்."

"ஐயோ... டீச்சர் நான் எப்புடி டீச்சர் அத வாங்கிக்க முடியும். நானும் புள்ளக் குட்டிக்காரிதான்."

"கொதிப்பா சாபம் குடுக்கும்போது இதப்பத்தி யோசிக்கலயே நீங்க."

சம்பத் பக்கம் திரும்பிய ஜகதா, "என்ன சார். அவ்ளோ சொன்னேன். இப்பனு எதையும் பேசாம சும்மா இருக்கீங்க நீங்க."

தலைமையாசிரியர் சம்பத் இப்போது எழுந்து அந்தப் பெண்ணுக்கு அருகே சென்றார். ரங்கன் இன்னும் போதையில் மிதந்துகொண்டேதான் இருந்தான்.

“இங்க பாரும்மா... சொன்ன வார்த்தங்கள திரும்ப வாங்கிக்கோன்னா அது ஒன்னும் உனக்கு நேரா சேரப்போறதில்ல. சரி, ஒன்னு பண்ணு. உனுக்கும் வேணான், அவங்களுக்கும் வேணான். பேசாம இப்படி செய்யேன். நான் சொன்ன வார்த்தைங்கள திரும்ப வாங்கி இதோ ஸ்கூலுக்கு எதிர்த்தாப்புல இருக்குற அந்தப் பெரிய புளியமரத்துல சேத்துக் கட்டி வெச்சிடுறேன்னு சொல்லிட்டுப் போ. போறது புளியமரத்தோட போகட்டும்.”

அந்தப் பெண்ணுக்குத் தலைமையாசிரியர் சொன்னது சரியென பட்டது. “சரிங்க டீச்சர். சார் சொல்ற ஐடியா நல்லாருக்கு. உங்க மேல கொட்ன பேச்ச நான் திரும்ப வாங்கி அதோ அந்தப் புளியமரத்துல சேத்துக் கட்டி வெச்சிடுறேன். பயப்படாம போங்க. உங்கக்கிட்ட படிக்குற என் புள்ளய ஒன்னும் அடிச்சிடாதீங்க.”

ஜகதா அவர்களை முறைத்துப் பார்த்தாலும் திருப்தியுற்றவளாய் தலைமையாசிரியரிடம் சொல்லிக்கொண்டு மற்றொரு புறமாய் வெளியேறிப் போனாள்.

ஆய்வுக்கு வந்திருந்த கல்வி அலுவலரிடம் தலைமையாசிரியர் இப்படிச் சொன்னார். “அவங்க ஒரு நல்ல வீணை மாதிரி. வீணையோட தந்திகள்ல சின்னதா ஒரு மாற்றம் வந்தாலும் நாதம் வித்தியாசப்படும்னு சொல்வாங்க பாருங்க. அப்படித்தான் அவங்க. குற்றங்கொற பழி பாவத்த எல்லான் தானும் தாங்கிக்க மாட்டாங்க, பிறருக்கும் கொடுக்க மாட்டாங்க.”

அந்தக் கல்வி அலுவலர் ஜகதாவைப் பெருமைப் பொங்க நினைவில் இருத்திக்கொண்டார்.

நாகபூஷணம் ரங்கனை ஒரு கையில் பிடித்தபடி தலைமை ஆசிரியரிடம் நெருங்கிப் போய் அவர் காதைக் கடித்தாள்.

“சார்... அந்த டீச்சரம்மாக்கு எத்தினி பசங்க? சர்த்தா சாமர்த்தியமா அந்தம்மா அவங்க பசங்களுக்கு எதுவும் ஆகாத மாதிரி தோதா காரியம் சாதிச்சுக்குச்சு. அதான் கேட்டேன். ம்ஹூம்... எனக்கெல்லாம் இந்த சாதுர்யம் வராது சாமி.”

“அட நீ ஒன்னும்மா. அந்த ஜகதா டீச்சருக்கு அம்பது வயசு ஆவப்போவுது. கல்யாணம் கில்யாணம் எதுவும் ஆகல. புள்ள குட்டி எதுவும் கெடயாது.” ஹஸ்கி வாய்ஸில் பதிலளித்தார் தலைமையாசிரியர்.

நாகபூஷணம் ஆச்சர்யத்தில் வாய் பிளந்தாள்.

“இல்லாத புள்ளைக்கா அந்தம்மா இத்தன பேரம் பேசுச்சு. அட ராமா!”